மாயக்குதிரை

தமிழ்நதி

டிஸ்கவரிபுக் பேலஸ்

கே.கே.நகர் மேற்கு, சென்னை - 600 078.
(பாண்டிச்சேரி கெஸ்ட் ஹவுஸ் அருகில்)
Ph: 044-4855 7525 Mobile: 91 87545 07070

மாயக்குதிரை (சிறுகதைகள்)
ஆசிரியர்: தமிழ்நதி©

Maayakkuthirai (Short Stories)
Author: Thamizhnathy©

1st Edition:January- 2018 (Copies - 600)
2nd Edition:January- 2019 (Copies - 600)

Pages: 168
ISBN: 978-93-86555-11-3
Cover Design: Santhosh Narayanan
Book Design: Discovery Team

Discovery Book Palace (P) Ltd,
6, Mahaveer Complex, Munusamy Salai,
K.K.Nagar West,Chennai-600 078.
Ph: 91 - 44-4855 7525
Mobile: 91 87545 07070

E-mail: **discoverybookpalace@gmail.com,**
Website: **www.discoverybookpalace.com**

Rs. 150

– எனதன்புத் தோழன் ஜோஸ் அன்றாயினுக்கு...

நன்றி

அப்பா, அம்மா, அண்ணா, இராஜகுமாரன், ஜோஸ் அன்றாயின், நாஞ்சில் நாடன், பிரபஞ்சன், எஸ்.ராமகிருஷ்ணன், சந்தோஷ் நாராயணன், வேடியப்பன், தீபா, பிரகாஷ், அ.யேசுராசா, எஸ்.எல்.எம். ஹனிபா, யூமா வாசுகி, இரவி அருணாசலம், கி. நடராசன், யமுனா ராஜேந்திரன், குணா கவியழகன், மு.புஷ்பராஜன், சக்திவேல், அன்பரசி, வெயில், கே.என். செந்தில், சுகுணா திவாகர், நரன், இசை, அகரமுதல்வன், தீபச்செல்வன், தளவாய் சுந்தரம், காலம் செல்வம், தியாகராஜன், பாஸ்கர் சக்தி, சாத்தப்பன், பிருந்தா, பரமேஸ்வரி, சபிதா, தீபலஷ்மி.

அம்ருதா, ஆனந்தவிகடன், தடம், காலம் (கனடா), கபாடபுரம், நடு (பிரான்ஸ்), தீராநதி, உரையாடல் (கனடா).

பிதற்றி ஒலிக்கும் சில சொற்கள்

கனிந்து செறிந்த மன முதிர்விலிருந்து, வழியிடையே கவித்துவம் பளீரிடும் அனாயாச சொற்தொடுப்புகளில் வந்தடைந்திருக்கின்றன இந்தக் கதைகள். ஒவ்வொன்றும் தன் சகல தனித்துவத்துடனும் நம்பகத்துடனும் உணர்வுகளெல்லாம் நிரந்தரத்தில் துடித்திருக்க, அதனதன் முழுமையில் நம்முள் வாழ்வாகின்றன. இந்தக் கதைகள், என்னுள் சற்றே அசந்திருந்த, எழுத்தின் வலிமையையும் சாத்தியங்களையும் பற்றிய வியப்பையும் மதிப்பையும் மீண்டும் ஒரு முறை உசுப்பி மலர்த்தியிருக்கின்றன. அந்தளவில் தமிழ்நதிக்கு என் நன்றி. இவை, மொழிகளிடையே கூடுபாய்ந்து மனங்களிலெல்லாம் கூடுகட்ட விழைவதாக உணர்கிறேன்.

அகழ்ந்தாய்ந்து கொணர்ந்திருக்கும் உயிர் வகைகள் கலை மிளிர்ந்து விரிகின்றன. பெயர்ந்த தேசத்துச் சித்திரங்களும் சொந்த நாட்டு வதைகளும் மாயத்தில் விளையும் கதைகளெனவும் தேர்ந்து சேர்த்த நூலில், தார்மிகத்தால் ஏந்தப்பட்ட 'ஆயி' கதை, தான் மயங்கித் தன்னில் கூடிப் பிரிந்து மொழியில் களியாடும் அந்தரப் போக்கு. ஆயினும், 'நீளநீளமான விரல்களின் நுனியில் ரத்த மருதாணி' தோன்றுகையில், அமானுடமும் யதார்த்தமும் கலந்து கவிந்த அந்தச் சூழலில், கற்பனையின் வசீகர வெள்ளி வாள்வீச்சின் மின்னல்கள் உதிர்கின்றன. அங்கே 'மாயக்குதிரை'யில், சூதாட்ட விடுதிக்குச் செல்பவளும் நான்தான். எனக்குச் சூதாட்டமல்ல, கண்ணி. அதனிடத்தில் மற்றொன்று. அனேகருக்கும் இப்படி வெவ்வேறு பொறிகளாக இருக்கலாம். அதன் இடச் சூழலும் நுட்பமார்ந்த விவரணைகளும் பொருளின் சட்டகங்களுக்கு அப்பாற்பட்டு, பலவீன மனவிந்தையின் அதியீர்ப்பை, அழுதழுது தன்னைப் பலிகொடுக்கும் இயலாமையைப் பரப்புகிறது. மயிரிழையின் எஃகுறுதிக் கட்டாகிறது அது. எல்லாத் தடுப்புகளையும் மீறி, ஆட்படுதலின் போக்கில் அடித்துச் செல்லப்படும் கதி. மனதின் நெடிய பெருமூச்சில் அலைக்கழிந்து கிடக்கிறது அந்தப் புதிய கதை. மற்றொரு இடத்தில், 'நித்திலாவின் புத்தகங்க'ளில், "இந்தச் சனியன்களை விட்டொழித்தால்தான் நீ உருப்படுவாய்" என்று கத்தி அழுதபடியே அம்மாவால் வீசியெறியப்படுகின்றன புத்தகங்கள். தெரிவாகவும் விருப்பமாகவும் சுதந்திரமாகவும்

மகிழ்ச்சியாகவும் இருக்கும் மனதாழ இயல்பு ஒன்று, இகழ்ந்து எடுத்தெறியப்படுவதான சித்திரிப்பு. இது, புத்தகங்கள், வாசிப்பு ஆகியவற்றின் ஊடே நிகழ்ந்தேறி, அதற்குமப்பால் தன்னைப் பொதுமைப்படுத்திக்கொள்ள முனையும் கதை. அங்கே உக்கிரம் மூத்த முகூர்த்தமொன்றில் தூரிகைகள் எரிக்கப்படலாம், இசைக்கருவிகளின் தந்திகள் அறுக்கப்படலாம், பிள்ளைபோல கொஞ்சிக் கொண்டாடிக்கொண்டிருந்த ஒன்று நெஞ்சிலிருந்து ரத்தம் பீறிடப் பிடுங்கியெறியப்படலாம்... உன்னதங்களை இன்னதென்று உணரும் வழமையற்றுப்போன யதார்த்தத்தின் அப்பாவித் தாய், மானுடத்தின் வாய்கொண்டு கேட்கிறாள்: "மற்றப் பொம்பிளைப் பிள்ளையளைப்போலை நீ ஏன் இருக்க மாட்டேனென்கிறாய்?"

'மனக்கோலம்', 'மலைகள் இடம் பெயர்ந்து செல்வதில்லை', 'காத்திருப்பு' ஆகிய கதைகளை மனங்கொண்ட சோர்வு இன்னும் அகலவில்லை. இவை பற்றி குறிக்கத் துணியும்போது, "இதுபோன்ற நேரங்களில் மட்டும் அரக்கப் பரக்க எங்களைத் தேடுவாய் என்று தெரியும்" என வார்த்தைகள் அன்றுபோகின்றன. நான் அவற்றிடம், படித்துப் பட்ட நோவுகளை ஒரு சிறிதேனும் உணர்த்த உதவி செய்யும்படி கேட்டுக்கொள்கிறேன். அவை என் பதற்றத் திக்பிரமையை, செயலின்மையை ரசிக்கின்றன. இருக்கட்டும். ஆயினும், இந்த மூன்று கதைகளின் வழிகளில் என் இதயம் கிழியாதபடி காத்துக்கொண்டு, சித்தம் தறிகெட்டு வெருண்டு சிதறாதபடி அலைந்ததை, நான் பிதற்றியேனும் ஒலிக்கத்தான் வேண்டும். படித்து முடித்த பிறகான அந்தக் கொடூர அமைதியில், தடதடவென்று என் உடல் உதறிக்கொள்ளத் தொடங்கியது. மூச்சுக் குழலில் மண்ணடிந்ததுபோல இருமலும் திணறலும். அந்த நேரத்தில் என் நண்பர் ஒருவரின் தொலைபேசி அழைப்பு வந்து, நான் அவருடன் சில நிமிடங்கள் பேச வாய்த்திருக்காவிடில் மாரடைத்திருக்குமோ தெரியவில்லை, பொறுக்க முடியா ஓலம் பீறிட்டிருக்குமோ தெரியவில்லை. மேலும் மேலும் சரிந்து விழும் பாறைகளுக்கிடையே நான் எத்தனை நிமிடங்களைத்தான் கடப்பது!

என் போன்ஸாய் மனதின் சுயரூப மீட்சிக்காக, அவசியமான நிமிடத்தில் 'ஏதோ மருந்தின் திவ்ய சாந்நித்திய'மாக இந்தக் கதைகள் அமைந்தன. மலையாளக் கவிஞர் சியாம் சுதாகரின் கவிதையை நினைவுகூர்ந்து இதைச் சொல்கிறேன்.

போன்ஸாய்
வளர்ச்சியை வெட்டித் தடுத்து

கிளைகள் பத்து அங்குல நீளமும்
இலைகள் இரண்டு அங்குல நீளமும்
அனுமதிக்கப்பட்டது.
ஆசிடின் ஆல்க்கலியின்
துளைக்கும் நெடி...
குத்துவதற்கு இடமில்லாமல்
ஊசிகள் விறைத்தன.
கூட்டுக்கு இடமில்லாமல்
பறவைகள் அழுதன.

குளோரோபாம்
தேவையில்லை.
சயின்ஸ் லேபில்
மேடையற்ற ஒரு ஆலமரத்தின்
கலக்கமும் வெட்கமும் நிறைந்த
புகைப்படம்.
அவசியமான நிமிடத்தில்
ஏதோ மருந்தின்
திவ்ய சாந்நித்தியத்தில்
எல்லாவற்றையும் தகர்த்தெறிந்தது
ஒரு ஆலமரத்தின் ஆண்மையுடன்.
லேப் தரையில் தட்டிவிடப்பட்ட
தீப்பெட்டிக் கூடானது.

தடைகளைப் பொடித்துப்போட்டு பேருருவாய் எழுந்த என் ஆன்மாவின் இலைகளெல்லாம் கனத்து மூடிய இமைகளாயின. அத்தனை இமைகளிலும் துயர்சூரியக் கனல் வழிகிறது...

தமிழ்நதி, நீங்கள் இந்தக் கதைகளை எனக்குப் படிக்கக் கொடுத்தது, 'மெத்தப் பெரிய உபகாரம்!' அந்தக் கதையில் வரும் மூதாட்டியைப்போலவே நானும் சொல்கிறேன், "என்றும் உங்கள் அண்மையிலிருக்க அனுமதியுங்கள்."

யூமா வாசுகி

டிசம்பர் / 05, 2017

உள்ளே...

- தாழம்பூ
- நித்திலாவின் புத்தகங்கள்
- மாயக்குதிரை
- மனக்கோலம்
- மலைகள் இடம்பெயர்ந்து செல்வதில்லை
- கறுப்பன் என்றொரு பூனைக்குட்டி
- காத்திருப்பு
- கடன்
- தோற்றப் பிழை
- மெத்தப் பெரிய உபகாரம்

தாழம்பூ

இடத்தை மாற்றிக்கொண்டால் துக்கமும் ஆறக்கூடும் என்ற நப்பாசையே, மது தன்னுடைய ஊருக்கு வரும்படி என்னை அழைத்தபோது அவளது வேண்டுகோளை ஏற்கச்செய்தது. ஆனால், எங்குபோனாலும் காயம்பட்ட மனத்தையும் கூட்டிக்கொண்டுதான் போகமுடிகிறது. புதிய இடத்தில் சற்று தணிந்தாற்போலிருந்த ஞாபகங்கள் ஓரிரு நாட்களிலேயே உள்ளுக்குள் குமிழியிடத் தொடங்கிவிட்டன. வாழ்வதான பாவனையை மற்றவர்களின் கண்களுக்கு அளிக்க முயன்று களைத்துப்போனதொரு நாளில் வெளியில் சென்றுவரலாமென்று என்னை வற்புறுத்தி அழைத்துப்போனாள் அவள்.

தெருவில் இறங்கி நடக்கத்தொடங்கியதுமே இனம்புரியாத அந்தரவுணர்வினால் மறுபடியும் வீட்டுக்குத் திரும்பிவிட என் மனம் அவாவியது. அவ்வூரின் குச்சொழுங்கைகள் கூட வழக்கமான வீதிகளைவிட அகலமாக இருந்ததை அச்சோர்வினுக்கிடையிலும் கவனித்தேன். சில நூற்றாண்டுகளுக்குமுன் எவனோ ஒரு குறுநில மன்னனின் காதலி அங்கு வாழ்ந்ததாக மது சொன்னாள்.

குடிமனைகளுக்குச் சற்று தொலைவில் எந்தக் காலத்திலோ ஆறு ஓடிய தடம் வெள்ளைவெளேரென மணல்வெளியாய் நீண்டு கிடந்தது. வழியில் இருந்த கோவிலில் நித்திய பூசை நடப்பதன் சாயல்கள் இல்லை. கருங்கற் சுவர்களில் வெளவால்கள் முட்டிமோதித் திரிந்தன. கோபுரக்கூண்டுக்குள்ளிருந்த புறாக்கள்

'உக்கும் உக்கும்' என்றன. ஆங்காங்கே நீளமும் அகலமுமான திண்ணைகளுடன்கூடிய, கூரை தாழ்ந்த வீடுகள் இடிந்து கிடந்தன. வயதானவர்களில் சிலர் கோடையின் வெம்மைக்கஞ்சி திண்ணைகளில் அமர்ந்திருந்தார்கள். இளைஞர்கள் அவ்வூரில் வாழ்வதற்கான அடையாளங்களே இல்லை. இறந்தகாலத்தின் கண்களால் உறுத்துப் பார்த்துக்கொண்டிருந்த அந்தச் சிறிய ஊர், புழுங்கிக்கொண்டிருந்த மனதின் வெறுமையை இன்னுமின்னும் விசிறியது. அந்த அனுபவத்திற்குப் பிறகு வெளியில் செல்ல மது என்னை அழைத்தபோதெல்லாம் மறுத்துவந்தேன்.

தனித்து விடப்பட்ட பொழுதுகளில் 'நான் ஒரு முட்டாள்'என்ற நினைவு அடியாழத்தில் இருந்து மேலெழுந்து வந்து வதைத்தது. கடந்த நாற்பத்தெட்டு நாட்களில் பல நூறு தடவைகள் அப்படி நினைத்தாயிற்று. அவனுடைய நினைவு வந்தபோதெல்லாம் கண்களில் நீர் தளும்பிற்று. நாட்பட்டானபிறகு அந்தக் கண்ணீரின் ஊற்று, துயரமாக இருக்கவில்லை; அவமானமாக இருந்தது. 'இப்படிப் போய் ஏமாறுவாயா...?'என்று கண்ணாடியைப் பார்த்துக் கேட்டேன். ஒரு தடவை கண்ணாடியை கைகளால் குத்தவும் செய்தேன்.

மது வெளியே போயிருந்தாள். தனது தோழியொருத்தியின் வீட்டிற்குச் சென்று வரலாமென்று என்னை அவள் அழைத்தபோது மறுத்துவிட்டேன். தனித்திருப்பதற்கான விருப்பமும் தனிமை அளிக்கும் நிராதரவான மனநிலையும் எனக்குள் ஒருசேர இயங்கின. முன்பெனில் தனிமையென்பது அவனது ஞாபகங்களை மீட்டுவதாக இருந்தது. பைத்தியக்காரத்தனமான சுகம். அல்லது, காதலிக்கும் பெண்களாலும் ஆண்களாலும் சுகமென்று நம்பப்படுவது. முன்பே சொன்னதுபோல, அவனுக்கும் எனக்குமான உறவு அறுந்துபோய் நாற்பத்தெட்டு நாட்களாகிவிட்டன. தனது அழைப்புகள் துண்டிக்கப்படுமென்று தெரிந்தே தொலைபேசியில் கூப்பிட்டான். அதையொரு சடங்குபோல வெகு கிரமமாகவும் நேர்த்தியாகவும் முன்பே திட்டமிட்டிருந்ததுபோலவும் செய்தான். அவனுடைய குற்றவுணர்வுக்குப் போடும் தீனியே அதுவென அறிந்திருந்தேன். தொலைபேசி அழைப்புகளால் என்னுடனான உறவை முடிவுக்குக் கொண்டுவரமுடியாத நிலையில் களைத்துப்போனவனாக நேரில் வந்தான். துயரப்படுவதான பாவனையோடு தலையைக் குனிந்தபடி அமர்ந்திருந்தான். ஏமாற்றத் துணிபவர்களுக்கு துயரப்படத் தெரியாதென்று சொல்லி அனுப்பிவிட்டேன். நூலிலிருந்து விடுபட்ட பட்டம்போல அவன் அன்று தன்னை உணர்ந்திருக்கலாம்.

நானோ உறங்கிக்கொண்டிருந்தபோதும் மனவலியோடு இருந்தேன் என்பதை கண்விழித்து எழுந்தபோதெல்லாம் உணர்ந்தேன். காலத்தை நகர்த்துவது ஒன்றே உடனே செய்யக்கூடியதாகத் தோன்றியது. வாகைப்பட்டியிலோ காலம் ஆமையென ஊர்ந்துகொண்டிருந்தது.

மதுவின் தாயார் உள்ளறையில் வெறுந்தரையில் சேலையை விரித்துப்போட்டு அதில் உறங்கிக்கொண்டிருந்தார். மதியத்தின் வெக்கை அவரை அசந்து தூங்கப் பண்ணியிருந்தது. வேம்புகளைச் சுற்றி கிளிகள் கீச்சிட்டுக்கொண்டிருந்தன. மற்றபடி அமைதி. முன் திண்ணையில் அமர்ந்து தெருவை வேடிக்கை பார்த்துக்கொண்டிருந்தேன். அப்படியொரு ஊரில் அப்படியொரு ஆளற்ற வேனல் தெருவை முன்னொருகாலம் பார்த்துக்கொண்டிருந்ததான ஞாபகம் ஓடியது. சில நாட்களாக ஒன்றுக்கொன்று தொடர்பில்லாத துண்டு துண்டான எண்ணங்கள் மனதுள் சுழன்றுகொண்டிருந்தன. அப்படி நான் சிந்திக்கிறேன் என்று அறிந்திருந்தது மேலும் அச்சத்தை அளித்தது.

நீரடியில் கிடக்கும் பொருட்களாய் எண்ணற்ற பிம்பங்கள் உள்ளுக்குள் அசைந்தன. சோம்பிக் கிடந்த தெருவில் இறங்கினேன். காற்றில் அனல் இருந்தது. வெயில் மேகங்களுக்குள் மறைந்தும் தோன்றியும் விளையாட்டு காட்டிக்கொண்டிருந்தது. கோடை மழையொன்று தரையிறங்குவதன் முன்னான சாயலைக் கொண்டிருந்தது தெரு. வழியில், தெற்கு நோக்கி உள்ளிறங்கிய கருங்கற்றளம் பாவிய சாலையைப் பார்த்தேன். இருபுறமும் மரங்கள் அடர்ந்திருந்தன. அதை நோக்கி ஈர்க்கப்படுவதை உணர்ந்தபோது அந்தச் சாலையில் நடந்துகொண்டிருந்தேன்.

ஒரே சாயலைக் கொண்ட நான்கைந்து சிறிய வீடுகளைத் தாண்டியதும் அந்த மதிற்சுவர் தொடங்கியது. வழக்கத்தைவிட உயரமான அந்த மதிலின் மேல் கூரிய முனையுடைய கம்பிகள் செருகப்பட்டிருந்தன. நடக்க நடக்க முடிவுறாமல் நீண்டுகொண்டிருந்த அந்தச் சுவர் பெரிய இரும்புக் கதவொன்றில் முடிந்து மறுபுறமாக நீண்டு சென்று எங்கோ கண்ணுக்கெட்டாத தொலைவில் முடிந்தது. கதவுக்குள் இரும்பினால் வனையப்பட்டிருந்தன யானைகள். அவற்றின் தும்பிக்கைகள் பல்திசைகளிலும் பரந்து இரும்புச் சதுரத்தை அடைத்துக்கொண்டிருந்தன. இரட்டைக் கதவுகள் பிணைக்கப்பட்டிருந்த தூண்கள் ஒவ்வொன்றும் மூன்றடிக்குக் குறையாத அகலம். இடதுபக்கத் தூணுக்கும்

மதிற்சுவருக்குமிடையிலிருந்த வெடிப்பில் எந்தப் பறவையின் எச்சமோ செடியாகத் துளிர்விட்டிருந்தது. உயிர்ப்பின் மினுமினுப்போடு அசைந்துகொண்டிருந்த அந்தத் துளிருக்கும் மழைப்பாசி படிந்து காலத்திற்கு இரையாகிக்கொண்டிருந்த மதிலுக்கும் இடையில் முரணின் அழகு கூடியிருந்தது. இரட்டைக் கதவுகளை துருவேறிய பூட்டொன்று இழுத்துப் பிடித்துக்கொண்டிருந்தது. ஆனால், அது பூட்டப்பட்டிருக்கவில்லை. பேராவல் உந்த அதை விடுவித்தேன். மெல்லிய ஓசையெழ ஓராள் நுழையும்படியாக இரும்புக்கதவு திறந்துகொண்டது. அந்தச் சிறிய இடைவெளிக்குள் என்னை நுழைத்தபோது திரும்பிப் போய்விடும்படியாக மனக்குறளி எச்சரித்தது. நானோ மரணம் வந்து அழைத்தாலும் அதன் விரல்களைப் பிடித்துக்கொண்டு போய்விட ஆயத்தமாயிருந்தேன். அல்லது அப்படி நினைத்துக்கொண்டிருந்தேன். என் கசப்பே என்னைச் செலுத்தியது.

உள்நுழைந்ததும் திகைத்துப் போய் நின்றுவிட்டேன். பெருமரங்கள் நிறைந்த காட்டினை ஒத்திருந்தது அந்த இடம். ஏதோவொரு பறவை விட்டுவிட்டு வினோதமான ஒலியை எழுப்பிக்கொண்டிருந்தது. பிராணிகளின் மெல்லிய அரவங்கள் கேட்டுக்கொண்டிருந்தன. முன்பொருகாலம் இருபுறமும் மரங்களடர்ந்த பாதையொன்று நடுவில் இருந்திருக்கவேண்டும். பாதை சிறுத்து ஒற்றையடிப்பாதையாகி அதுவும் மெலிந்து புற்களால் மூடுண்டிருந்தது. அதன் முடிவில், காலம் விட்டுச் சென்ற ஞாபகமாய் அந்த அரண்மனை உயர்ந்து நின்றது. உயிர்ப்பின் அசைவுகள் அற்ற கற்கூடமாயிருந்த அதை நோக்கி யாராலோ செலுத்தப்படுபவள்போல போனேன். அரண்மனையை நெருங்கியதும் ஒருகாலத்தில் தோட்டமாயிருந்ததென ஊகிக்கும்படியான முற்பகுதி புதர்மண்டிக் கிடந்ததைக் கவனிக்க முடிந்தது. மேலும் முன்னோக்கி நகர்ந்தபோது நீண்டு பருத்த பாம்பொன்று அடர்ந்த புதர்களுக்குள் வழிந்தோடி மறைந்தது. அப்படியொன்றும் மரணத்தை நான் விழைந்திருக்கவில்லை என்பதை அந்தக் கணம் உணர்ந்தேன். அங்கு நிற்பதன் விபரீதம் உறைக்க, திரும்பிச் செல்லக் காலெடுத்தேன். அப்போது அந்தக் குரலைக் கேட்டேன். முதலில் மெல்லிய கமகமாகச் சுழன்று வந்தது. பிறகு வார்த்தைகள். அந்த மொழி புரியவில்லை. ஆனால்... அந்தக் குரல்.. உயிரைத் திருகித் திருகிப் பிடுங்குகிற குரல். விம்மி விம்மி அழத் தூண்டுகிற தாபம் பொருந்திய குரல். குரல் வந்த திசையில் திரும்பியபோது, செடிகொடிகளுக்கு நடுவில் ஒரு பெண் நின்றுகொண்டிருந்தாள்.

முதலில், அந்தப் பெண்ணின் இடுப்பைத் தாண்டி நீண்டு அடர்ந்திருந்த கூந்தலில் இருந்த தாழம்பூக் காட்டைப் பார்த்தேன். அவ்வளவு மலர்களை அவள் அள்ளிச் சூடியிருந்தாள். என்னை நோக்கித் திரும்பியவளின் முகத்தைப் பார்த்ததும் அதிர்ந்துபோனேன். அப்படியொரு பெண்ணை என் வாழ்நாளில் சந்தித்திருக்கச் சாத்தியமேயில்லை. ஆனால், அவள் யாரையோ எனக்கு ஞாபகப்படுத்தினாள். மாநிறமாயிருந்தாள். ஒரு துளிச் சதை உபரி இல்லா தேகத்தில் சிலைகளில் மட்டும் பார்க்கக்கூடிய நேர்த்தி. எத்தனை முழச்சேலையோ அவளைச் சுற்றிச் சுற்றிப் படர்ந்திருந்தது. மார்க்கச்சை மேலுடலை இறுக்கிப்பிடித்திருந்தது. கண்கள் தெளிந்த வானத்தின் நிறம்... கருவிழிகளிலோ துயரம் படிந்திருந்தது. பார்க்கப் பார்க்கச் சலிக்காத பெண்ணாயிருந்தாள் அவள். அவள் கன்னங்களில் கண்ணீர்த்துளிகள்... பாறையிலிருந்து நதி சரிந்தோடி வருவதைப் போலிருந்தது. 'நான் ஏன் இப்படியெல்லாம் நினைக்கிறேன்' என்று அந்நேரம் தோன்றியது. கண்களைத் துடைத்துக்கொண்டு என்னைப் பார்த்தாள்.

"ஏன் அழுதுகொண்டிருக்கிறாய்?"

வழக்கமான பேச்சுவழக்கு எனக்கு மறந்துபோய்விட்டது. இன்றைக்கு எல்லாமே அதிசயமாக இருப்பதாக நினைத்துக்கொண்டேன்.

தாழம்பூவும் உழுந்தும் கலந்த மணம் அவளிலிருந்து கமழ்ந்துகொண்டிருந்தது. அந்தக் கணம் எனக்குள் ஒரு வினோதமான ஆசை கிளர்ந்தது. அவளைக் கட்டியணைத்து முத்தமிட விரும்பினேன். ஏதோவொரு ஜென்மத்தில் தீராத காதல் என்னை அங்கு அழைத்து வந்ததாக நான் நம்பத்தொடங்கினேன். ஆனால்... நான் ஒரு பெண்...

"உன்னைக் கல்லால் அடித்துக் கொன்றுவிடுவார்கள்" என்றாள் அவள்.

நல்லவேளையாக அவள் தமிழில் பேசினாள். ஆனால்... வேறொரு மொழியில் பாடிக்கொண்டிருந்தாளே...

ஆக, அவளுக்கு என் மனதில் ஓடும் எண்ணங்களைப் படிக்க முடிகிறது. இன்றைய நாளை அதிசயத்திடம் ஒப்படைத்துவிடுவது என்ற முடிவுக்கு வந்தேன். சாதாரண வாழ்வின் ஏமாற்றத்திலிருந்து தப்பிக்க ஒரு கொலையை அல்லது தற்கொலையைச் செய்யும்

நிலையில் இருந்த எனக்கு, இந்த அசாதாரணப் பெண் உதவக்கூடும்.

“நீ எப்படி உள்ளே வந்தாய்?”

“கதவு திறந்திருந்தது...”

அவள் சிரித்தாள். அவள் சிரித்தபோது செடிகொடிகள் மாயம்போல அசைந்தன. ஆனால், அந்தச் சிரிப்பின் பொருளை என்னால் உணரமுடிந்தது.‘திறந்திருக்கும் வீடுகளினுள்ளெல்லாம் நுழைந்துவிடுவாயா?’ என்பதன்றி அந்தச் சிரிப்புக்கு வேறென்ன பொருளிருக்க முடியும்?

“இது உன்னுடைய இருப்பிடமா? எவ்வளவு பெரிது!”என்றேன்.

“ஆம்.... இந்த அரண்மனையை நீ பார்க்க விரும்புகிறாயா?”என்று கேட்டாள் சிரித்தபடி. அவள் சிரிக்கும்போதெல்லாம் தாழம்பூ வாசனை எழுந்தடங்கியது. என் கண்களிலிருந்த வியப்பு அந்தக் கேள்விக்கு அவளைத் தூண்டியிருக்கவேண்டும்.

அந்தக் கணம் அவள் எங்கே அழைத்தாலும் போகத் தயாராக இருந்தேன். எனக்கு அவளது அருகாமையில் இருந்தாலே போதுமென்றிருந்தது. பதிலேதும் சொல்லாமல் அவளைப் பின்தொடர்ந்தேன். புதர்களுக்குள் சரசரவென்று எதுவோ ஊர்ந்து செல்லும் சத்தம் கேட்டது. அங்கு பாம்புகளாலும் விஷஜந்துகளாலானதுமான ஓருலகம் இயங்கிக்கொண்டிருந்தது. ஒருகணம் என்னுடைய பைத்தியக்காரத்தனத்தைக் குறித்து அஞ்சினேன். விசித்திரங்களையும் மாயங்களையும் உள்ளடக்கிய நெடிய மதிற்சுவர்... அதனிலும் மாயவசீகரத்தோடு தோன்றுகிற இந்தப் பெண்... நான் இங்கே என்ன செய்துகொண்டிருக்கிறேன்? என் முட்டாள்த்தனத்தை மேலுமொருமுறை நிரூபித்துக்கொண்டிருக்கிறேனா...?

தரையிலிருந்து சில அடிகள் உயரத்திலிருந்தது அந்த அரண்மனையின் நுழைவாயில். படிகளில் ஏறி அகல் விளக்கினைத் தாங்கிய பதுமைகள் செதுக்கப்பட்ட கனத்த கதவுகளினூடே என்னை அழைத்துச் சென்றாள். அங்கு மனிதர்கள் வசிப்பதற்கான எந்தவொரு அடையாளமும் இல்லை. சுவர்களில் ஓவியங்கள் தீட்டப்பட்டிருந்தன. ஆங்காங்கே செப்புப் பதுமைகள் கைகளில் விளக்குகளை ஏந்தியபடி நின்றிருந்தன. அவற்றில் காலம் பச்சைக் களிம்பை ஏற்றியிருந்தது. உத்தரத்திலும்

சுவர்மூலைகளிலும் ஒட்டடை படிந்து போயிருந்தது. காலடி பட்டு தூசி கலைந்த இடங்களில், தரை செஞ்சாந்தால் மெழுகப்பட்டு வழுவழுவென்றிருந்ததைக் காணமுடிந்தது. கன்னத்தை தரையில் அழுத்தி வைத்துக்கொண்டு அங்கேயே படுத்துவிடத் தூண்டியது குளிர்ச்சி. வெளியில் அனலெறிந்துகொண்டிருக்கையில் இந்த இடம் மட்டும் நதியின் மேலிருப்பது போல குளிர்ந்தது. அந்த அரண்மனையின் மனிதர்களுக்கு வேட்டையின்பாலிருந்த காதலை வெளிப்படுத்தின, சுவர்களில் அச்சுறுத்தியபடி தொங்கிய மிருகங்களின் தலைகள்.

'எத்தகைய வாழ்வு!!!' வியந்தபடி நடந்தேன்.

நடக்கும்போது ஒன்றைக் கவனித்தேன். அந்தப் பெண்ணின் நிழல் தரையில் விழவேயில்லை. என்னுருவம் மட்டும் தலைகீழாக நடந்துகொண்டிருந்தது. முதன்முறையாக அவளை அஞ்சினேன். ஒரேசமயத்தில் என்னை ஈர்க்கவும் அச்சுறுத்தவும் செய்பவளின் பெயரைத் தெரிந்துகொள்ள விரும்பினேன். கேட்கலாமென்றால், வழியிலிருந்த ஊஞ்சலில் தாவியேறிவிட்டிருந்தாள். தரையை உந்திப் பறந்தாள். நிமிர்ந்து பார்த்தபோது வெறும் ஊஞ்சல் அந்தரத்தில் நின்றது. அவளைக் காணவில்லை. பதறிப் போனேன். அங்கிருந்து வெளியேறினால் போதுமென்று தோன்ற, சுற்றுமுற்றும் பார்த்தேன். கதவு எங்கேயுமில்லை. அந்தக் கூடம் சுற்றவர சுவர்களால் மூடப்பட்டிருந்தது. மெதுவாக, மிக மெதுவாக சுவர்கள் என்னை நெருங்கி வருவதை உணர்ந்து அலறினேன். சதைகள் நசுங்கி எலும்புகள் நொறுங்கி குருதி வெளியேறி மூச்சுத்திணறி இறந்துபோகவா இங்கு வந்தேன்... பிரார்த்தனையைப் பிதற்றத் தொடங்கியபோது அவள் மீண்டும் அங்கு தோன்றினாள்.

"நான் போக வேண்டும்" ஏறத்தாழ மன்றாடினேன்.

அவளோ சிரித்தாள். எனது இறைஞ்சுதல் அவளது செவிகளை அடையவேயில்லை. அந்த அரண்மனையின் அறைகள் சமதளத்தில் இருக்கவில்லை. எனது கைகளைப் பற்றி சற்றே உயரத்திலிருந்த கூடத்திற்கு அழைத்துப்போனாள். அந்தத் தொடுகையில் எனது பயம் அழிந்தது. அவளுடைய கைகள் மார்கழி விடிகாலையில் தண்ணீரைத் தொடுவதைப் போல குளிர்ந்திருந்தன. அவள் என்னை அழைத்துச் சென்ற திசையில் கதவு இருந்தது.

"உன் பெயர் என்ன...?"

"தாழம்பூ"

அந்தப் பெயரைக் கேட்டு வியப்படையவில்லை. ஏற்கெனவே அறிந்து, காலநீட்சியில் மறந்திருந்த பெயரை ஞாபகப்படுத்திக்கொள்வதுபோலவே தோன்றிற்று.

அவள் என்னைக் கூட்டிச் சென்ற கூடத்தின் சுவரில் மூன்று ஓவியங்கள் தீட்டப்பட்டிருந்தன. முதலாவது ஓவியத்திலிருந்தவர் பெரிய மீசையும் உறுத்துப் பார்க்கும் விழிகளும் அரசர்களுக்கேயுரிய உடையலங்காரத்தோடும் இருந்தார். இடுப்பிலிருந்து தொங்கிய வாள் பாதம் வரை நீண்டிருந்தது. அவர் நின்றிருந்த தோரணையில் அச்சமின்மையும் அதிகாரமும் வெளிப்பட்டன. இரண்டாமவருக்கு பெண்மையின் சாயல் மிளிரும் முகம். மெல்லிய மீசை. உதடுகளும் மெல்லியவையே. அரச வஸ்திராபரணங்களைக் கழற்றிவிட்டால் அவர் அன்றாடம் தெருவில் காணும் மனிதர்களில் ஒருவராகிவிடுவார். ஆனாலும், அவரது விழிகளில் இறுமாப்பு குடிகொண்டிருந்தது. மூன்றாவது ஓவியத்தில் இருந்த இளைஞனின் விழிகளில் எவரையும் ஈர்க்கக்கூடிய சாந்தமும் தெளிவும் துலங்கின. அவன் தாத்தாவின் கம்பீரத்தையும் கூடுதல் வசீகரத்தையும் கொண்டிருந்தான். அவன் கண்கள் என்னைப் பார்த்தன. இமைத்து ஒரு கணம் புன்னகைத்தாற் போல தோன்றியது.

“அழகாயிருக்கிறார்” என்றேன்.

தாழம்பூ விருட்டென்று என்னை நோக்கித் திரும்பினாள். இருண்டிருந்த அந்தக் கூடத்தில் அவளுடைய கண்கள் நெருப்புத் தணல்களென ஒளிர்ந்தன. மறுகணம் பச்சையாக மாறின. அக்கணம் நானொரு பாம்பின் அருகில் நின்றுகொண்டிருப்பதாக உணர்ந்தேன். என் உடல் நடுங்கத் தொடங்கிவிட்டிருந்தது. அங்கிருந்து ஓடிவிடுவதே புத்திசாலித்தனம் என்று என் உள்ளுணர்வுக்குத் தோன்றியது. என் முகத்தைப் பார்த்ததும் அவள் கண்களிலிருந்த கனல் மறைந்தது. என் அச்சத்தைப் போக்கடித்து நம்பிக்கையை மீட்டெடுக்கும் வகையில் மீண்டும் என் கைகளைப் பற்றி அங்கிருந்து அழைத்துச் சென்றாள். அந்த விரல்களில் மார்கழியின் குளிர்ச்சி அகன்றிருந்ததை உணர்ந்தேன். அரண்மனையெங்கும் புறாக்களின் அமுங்கிய குரல்கள் கேட்டுக்கொண்டிருந்தன.

தாழிடப்பட்டிருந்த அறையொன்றின் கதவை அரையடிக்குக் குறையாத நீளமுடைய திறவுகோலால் திறந்தாள் தாழம்பூ. அதுவரை அவளிடம் இல்லாதிருந்த அந்தத் திறவுகோல் திடீரென எங்கிருந்து தோன்றியது என்ற கேள்வி எனக்குள் எழுந்தது. அகலமான பஞ்சணையுடன் கூடிய கட்டில் ஒன்று

அந்த அறையினுள் கிடந்தது. விதிவிலக்காக அந்த அறை மட்டும் சிறுதூசியும் படியாமல் சுத்தமாக இருந்தது. படுக்கை விரிப்பிலிருந்து, அப்போதுதான் துவைக்கப்பட்டதான சுகந்தம் வீசிற்று. ஐந்தாறு பேர் சேர்ந்தாலும் நகர்த்த முடியாத கனமுடைய தேக்குமர மேசையில் சுவடிகள் அடுக்கிவைக்கப்பட்டிருந்தன. அதில் சுவடியொன்று விரித்த நிலையில் கிடக்கக் கண்டேன். யாரோ ஒருவர் வாசித்துக்கொண்டிருந்தபோது அவசர வேலையாக பாதியில் விட்டுச் சென்றதுபோலிருந்தது அந்தக் காட்சி. ஆவல் தாளாமல் அருகில் சென்று வாசித்தேன்.

“கருங்கால் வேம்பி னொண்பு யாணர்
என்னை யின்றியுங் கழிவது கொல்லோ
ஆற்றய லெழுந்த வெண்கோட் டதவத்
தெழுகுளிறு மிதித்த வொருபழம் போலக்
குழையக் கொடியோர் நாவே
காதல ரகலக் கல்லென் றவ்வே”

“குறுந்தொகை”என்றாள் தாழம்பூ.

அவளை நிமிர்ந்து பார்த்தேன். நான் நினைத்துக்கொண்டிருந்த பெண்ணில்லை இவள் என்ற எண்ணம் உள்ளுக்குள் தோன்றி மறைந்தது.

“நிறையப் படிப்பாயா...?”

ஆமெனத் தலையசைத்து கூச்சத்துடன் புன்னகைத்தாள். எதிர்பாராத காட்சிகளால் எனக்குள் தணிந்திருந்த காய்ச்சல் அந்தத் தலையசைப்பிலும் புன்னகையிலும் மீண்டும் அனலெறியத் தொடங்கிற்று. அவளை நெருங்கி அணைத்துக்கொள்ளவேண்டும் என்ற ஆவல் முன்னிலும் அதிகமாய்க் கிளர்ந்தது. எனக்குள் புயலென அடித்துக்கொண்டிருக்கும் அந்த உணர்வின் பெயரறியாது, அதில் சிக்குண்டு கிழிபடுபவளாக இருந்தேன்.

தாழம்பூ அந்தப் பஞ்சணையில் சென்று அமர்ந்தாள். அப்போது அவள் கண்களில் நீர் துளிர்த்திருந்தது. ‘விசித்திரங்களுக்கு முடிவேயில்லை’ என்று நினைத்துக்கொண்டேன். படுக்கை விரிப்புகளை தன் நீண்ட விரல்களால் நீவியபடி சில கணங்கள் அமர்ந்திருந்தாள். அங்கிருந்த பாத்திரத்தில் தண்ணீர் நிறைந்திருக்கிறதா எனக் குலுக்கிப் பார்த்தாள். இருந்ததுபோலும். பிறகு அறையைப் பூட்டிவிட்டு என்னையும் தன்னையும் மறந்தவளாக அந்த அறையிலிருந்து வெளியேறி வேகவேகமாக

நடந்துபோனாள். அவளுடைய மூச்சு பாம்பின் சீறலாக மாறியிருந்தது. அவளை நெருங்குவதற்கு நான் ஓடவேண்டியிருந்தது. எந்நேரமும் விபரீதத்திற்குக் காத்திருந்தாலும், ஏதோவொரு காரணத்தினால் அவள் எனக்குத் தீங்கிழைக்க மாட்டாள் என்று உள்ளுணர்வு நம்பியது. அந்த நம்பிக்கையில் தயங்கித் தயங்கி எனது கேள்விகளை உதிர்க்கவாரம்பித்தேன்.

“அந்த அறையில்தான் நீங்கள் உறங்குவீர்களா?”

“ஆம்...”

“நீ அவரைக் காதலித்தாயா?”

அவள் நடப்பதை நிறுத்தி என்னைப் பார்த்துச் சிரித்தாள். உலகத்தின் கசப்பையெல்லாம் உருத்திரட்டி வழிந்த புன்னகை! ‘இவ்வளவும் பார்த்த பிறபாடு இது என்ன கேள்வி’ என்பதுபோல என்னை உறுத்து நோக்கினாள். பிறகு, அயர்ச்சியோடு ஆமென்பதாகத் தலையசைத்தாள்.

“அவருடைய குதிரையின் குளம்படி ஓசை கேட்டதுமே எனது இதயம் தரையில் விழுந்து துடிக்க ஆரம்பித்துவிடும்.”

“அவரும் உன்னை....?”

“ஆமாம். நேசிக்காமலா என்னை இப்படியொரு அரண்மனையில் கொண்டுவந்து சேர்த்தார்?”

இதைச் சொல்லிவிட்டு உரத்துச் சிரித்தாள். சிரிப்பொலியில் அதிர்ந்த புறாக்கள் சிறகடித்துப் பறந்தன. ஏதேதோ நினைவுகள் அலைபுரளும் முகத்தோடு சில நிமிடங்கள் கழிந்தன.

பிறபாடு அவள் என்னை அழைத்துச் சென்ற இடம் ஒரு கலைக்கூடம். அதன் மூலையில் யாழொன்று சாத்தி வைக்கப்பட்டிருந்தது. அருகில்போய் அதன் தந்திகளை வருடினாள். சாத்தப்பட்டிருந்த நிலையிலும் அதிலிருந்து எழுந்த சுநாதம் தாழம்பூவுக்கு அதிலிருந்த தேர்ச்சியை உணர்த்திற்று. விசாலமான அந்தக் கூடத்தை கலைஞர்களின் ஓவியங்களும் சிற்பங்களும் அலங்கரித்தன. அவள் அங்கிருந்த இருக்கையொன்றில் அமர்ந்தாள். அவளது தோரணை அந்த அரண்மனையின் மகாராணி தான்தான் என அறிவித்தது. அவளுடைய அழகே அந்தச் செருக்குத்தான் எனத் தோன்றியது. என் வயதொத்தவள்தான்.

ஆனால், எந்தவொரு மானுடத்தியின் சாயலோ, நடத்தையோ அவளிடமிருக்கவில்லை.

இறந்தகாலத்துள் மூழ்கின அவள் விழிகள்.

"அந்நாட்களில் இந்த இடம் எப்படி இருந்ததென்கிறாய்... நீ வரும் வழியில் பார்த்தாயே சிறிய வீடுகள்... அவற்றிலும் இந்த அரண்மனையின் பின்புறத்திலுள்ள வீடுகளிலும் பணியாட்கள் தங்கியிருந்தார்கள். அவர் இங்கு வரும் நாட்களில் அனைத்து விளக்குகளும் ஏற்றப்பட்டு இந்த அரண்மனை ஒளிபொருந்தியதாக மாறிவிடும். பாடல்கள் ஒலிக்கும். சதங்கைகள் கலீர்கலீரென்கும். நான் பாடவாரம்பித்தால்... இதோ இந்த இருக்கையில் சாய்ந்து நீள்விழிகளை மூடிக்கொண்டுவிடுவார். என் பாடலே அவரை இங்கு அழைத்துவந்தது. ஈற்றில்..."

சில நிமிடங்கள் இறந்தகாலத்துள் முழுமையாக அமிழ்ந்துபோனாள்.

"நீ அழகாகப் பேசுகிறாய். ஈற்றில் என்னவாயிற்று?"

"எதிர்காலம் குறித்த எங்களுடைய கனவுகளைக் கேட்டிருந்த இந்த அரண்மனையின் சுவர்களில் செவிகளைப் பதித்துக் கேள். என்னைக் காட்டிலும் அவை அழகாகப் பேசக்கூடும்."

மதியம் சரிந்து மாலையாகிவிட்டிருந்தது. மதுமிதா என்னைத் தேடிக்கொண்டிருப்பாள் என்ற எண்ணம் எழுந்தது.

"என்னைத் தேடுவார்கள். நான் போகவேண்டும்" என்றேன் மெதுவாக.

"போகத்தான் வேண்டுமா....?" அது தனிமையின் குரலாக ஒலித்தது. என்னால் அந்தக் குரலை மிதித்துவிட்டுச் செல்லமுடியவில்லை.

"உனக்கு ஒரு இடத்தைக் காட்டுகிறேன். என் பின்னே வா..."

அவள் துள்ளியெழுந்தாள். விரித்த கருங்கூந்தல் பின்புறங்களில் படிந்தசைய நடந்தவளைப் பின்தொடர்ந்தேன். அவளைத் தழுவிக்கொள்ள வேண்டும் என்ற வேட்கை என்னுள் மிகுந்து வந்தது. ஒரேயொரு தடவை அந்தத் தாழம்பூவாசனையை நெருங்கி உள்ளிழுத்து எனக்குள் நிறைத்துக்கொள்ள வேண்டும். காலாகாலங்களுக்கும் நான் அதனுடன் வாழ்ந்துவிடுவேன். அந்த உதடுகளில் ஒரேயொரு முத்தம்... அதன் வெம்மை போதும் என்

ஞாபகங்களைக் குளிர்த்த.

நீண்ட தூரம் அவளோடு நடந்தபிறகு அரண்மனையின் பின்பகுதியை வந்தடைந்திருப்பதை உணர்ந்தேன். கீழிறங்கப் படிகள் இருந்தன. அவை பின்புறத்தில் அமைந்திருந்த தோட்டத்திற்கு இட்டுச்சென்றன. இருள் சூழவாரம்பித்திருந்தது. 'எங்கே அழைத்துச் செல்கிறாள்?' என்ற கேள்வியுடன் அவளைத் தொடர்ந்துகொண்டிருந்தேன். அச்சம் அகன்றுவிட்டிருந்தது. அதனிடத்தில் வியப்பும் திகைப்பும் காதல்போல ஒருணர்வும் நிறைந்திருந்தன. வானத்து நிலவு, வெள்ளியிலிருந்து தங்கமாக உருமாறியிருந்தது. அந்த மெல்லிய இருளும் காற்றும் நிலவொளியும் அவளது அருகாமையும் என்னை வேறொருத்தியாக மாற்றியிருந்தன. அந்நேரம் யாராவது பாடிக் கேட்கவேண்டும் போலிருந்தது. புற்களால் மூடப்பட்டிருந்த பாதையில் அநாயாசமாக அவள் நடந்துபோனாள்.

செடிகொடிகள் மீது நிலவினொளி படர்ந்து இலைகள் பளீரிட்டுக்கொண்டிருந்தன. இயற்கையின் வாசனையை காற்று அள்ளிவந்தது.

தாழம்பூ ஓரிடத்தை அடைந்ததும் நின்றாள். அதுவொரு கேணி. குறுக்கு விட்டம் முப்பதடிக்குக் குறையாது. உள்ளிறங்க நாற்புறமும் படிகள் இருந்தன. கரைகளில் நீர்ப்பாசி பயிரெனப் படர்ந்திருந்தது. எட்டிப் பார்த்தேன். ஆழமறியாதபடிக்கு இருளின் கருமையில் உறங்கிக்கொண்டிருந்தது கேணி. நீரைக் குறுக்கறுத்து நீந்திய சிறுமீன் கூட்டங்கள் அவ்விரவில் நில வெள்ளிகளென மினுங்கின. அடங்கியிருந்த அச்சம் மேலெழ ஆரம்பித்தது. கடைசியில் இந்த மாயப்பெண்ணின் கைகளால் நீர்நிலையில் தள்ளப்பட்டு அநாதரவாக இறந்துபோவதுதான் என் விதியோ என்று துக்கித்தேன்.

"அன்று இறுதியாக நாங்கள் சந்தித்துக்கொண்டோம்" கேணியின் கரைக் கட்டில் அமர்ந்தபடி சொன்னாள்.

"இறுதியாகவா...?"

"ஆம்... இந்த உலகத்தைப் பொறுத்தளவில் இறுதி. எனக்கு முடிவற்றது." சிரித்தாள். அது சிரிப்புப் போலவே இல்லை.

"அரயத்தி அம்மன் சந்நிதியில் பெண் பார்த்துவிட்டுத் திரும்பியிருந்தார். என்னைப் போல சாதாரண பெண்ணில்லை

அவள்... குறுநில மன்னனொருவனின் மகள்... அன்று அவர் குதிரைகூட பட்டுக் குஞ்சம் கட்டியிருந்தது."

கசப்பும் ஏமாற்றமும் நிறைந்து வழிந்தன வார்த்தைகளில். நிலவை நிமிர்ந்து பார்த்துப் பெருமூச்செறிந்தாள். அந்தப் பெருமூச்சு என் நெஞ்சைச் சுட்டது.

இப்படி எத்தனை இரவுகளை நான் கழித்திருந்தேன்! தென்னோலைக் கீற்றுக்கள் அசைவதை விடிய விடியப் பார்த்துக்கொண்டிருந்து கழித்த அவ்விரவு... தூரத்தில் கடலலைகள் வாவாவென இரைந்து என்னை அழைத்தபடியிருக்க விடிகாலையில் கண்ணயர்ந்தது...

"என் விழிகளை எதிர்கொள்ளக் கூசினார். அடிக்கடி இமை தாழ்ந்த அவருடைய விழிகள் என்னிடம் மன்னிப்பை யாசித்தன. திரும்பிச் செல்வதற்கு அவசரப்பட்டார். அன்றிரவு மட்டும் அங்கு தங்கவேண்டுமென்று அவரை வேண்டிக் கேட்டுக்கொண்டேன்."

"தங்கினாரா? நீ அவரை மன்னித்தாயா?"

"ஆம். அன்றிரவு பிறைநிலவு சுடர்ந்துகொண்டிருந்தது. அவர் தன் தந்தையைத் தன்னால் எதிர்க்க முடியாதென்றார். நான் அவருடைய காதலியாக நீடித்திருக்கலாம் என்றார். மன்னிப்புக் கேட்டு மன்றாடிய உதடுகளை என் உதடுகளால் மூடினேன். இனிமேல் தூலமாக அடையவே முடியாத அந்த உடலை நான் அடைந்தேன். எந்தக் கண்களைப் பார்க்கவியலாமல் பகலில் வெட்கம் பிடுங்கித் தின்றதோ அந்தக் கண்களை வெறியோடு முத்தமிட்டேன்."

அந்த வார்த்தைகளை நான்தான் உச்சரித்துக்கொண்டிருந்தேன். அவனுடைய திருமணப் பத்திரிகையில் இருந்த பெண்ணின் பெயர் ஞாபகம் வந்தது.

இருள் முற்றாக மூடிவிட்டது. இருளில் தாழம்பூவின் கண்கள் மினுமினுத்துக்கொண்டிருந்தன. மது என்னைக் காணாமல் பதைத்துப்போயிருப்பாள் என்ற கவலை அடியாழத்திலிருந்து மிதந்து வந்தது.

"பிறகுகொருநாளும் நீ அவரைப் பார்க்கவேயில்லையா...?"

"பார்த்தேன். பார்த்துக்கொண்டிருக்கிறேன்.." என்று சொல்லியபடி கேணியின் இருளாழத்தை நோக்கிப் புன்னகைத்தாள். என்னுடல்

தமிழ்நதி ◆ 23 ◆

சில்லிடுவதை நான் உணர்ந்தேன். இப்போது அங்கிருந்து தப்பித்துச் செல்லும்படி ஒரு குரல் காதுக்குள் ஒலிக்கக் கேட்டேன். அது ஒரு ஆணின் குரல்.

"ஓடிவிடு... ஓடிவிடு..." அந்தக் குரல் என் செவிகளில் நடுக்கத்தோடு கரகரத்தது.

"ஆழத்தை நோக்கிச் சரிந்துசெல்வது இனிய அனுபவம்" என்றாள். நான் அச்சத்தோடு அவள் கண்களை நோக்கினேன். அவளுடைய கண்களிலிருந்த துயரம் கரைந்திருந்தது. அவள் பின்னாலிருந்த செவ்வரளியைப் பார்த்தேன். அவளுடைய உடலினூடாக செந்நிற அரவத்தின் தலையென அம்மலர் அசைந்துகொண்டிருந்தது.

"எத்தனை தடவைதான் என்னை நீ கொல்வாய்?" என்றேன்.

அந்தக் கேள்வி என்னிலிருந்து புறப்பட்டதை உணர்ந்தபோது திடுக்கிட்டேன். என்ன அதிசயம்! அந்தக் கேள்வியை உதிர்த்தது என் உதடுகள்தாம்!

தாழம்பூ விசும்பி விசும்பி அழுதாள். அந்த இரவுக்கு மட்டும் இதயம் இருந்திருந்தால் அது கிழிந்து குருதி கொட்டியிருக்கும்.

நான் வெளிவாயிலை நோக்கி நடக்கத் தொடங்கினேன். என்னை அவள் தடுத்து நிறுத்தவில்லை. தாளவியலாத வேதனையொன்று திடீரெனக் கிளம்பி என்னை வாட்டியது. அங்கே அவளைத் தனியாக விட்டுவிட்டுப் போக என்னால் முடியவில்லை. சில நிமிடங்கள் முன்னகர்வதும் பின்னோக்கிச் செல்வதுமாகக் கழிந்தன. ஈற்றில் நான் ஆற்றாமையின் கண்ணீரோடு அவளைத் திரும்பித் திரும்பிப் பார்த்தபடி வெளியேறினேன். இருளில் அவள் ஒரு கருங்கற் சிலையென நின்றிருந்தாள்.

வெளிவாயிற் கதவைக் கண்டுபிடித்து வெளியேறியபோது மதுவைப் போலொரு பெண் வந்துகொண்டிருந்ததைப் பார்த்தேன். மதுவேதான்! எனது உடல் நடுங்கிக்கொண்டிருந்ததை உணரமுடிந்தது.

"உன்னைத் தேடியே வந்தேன்" என்றாள்.

'என்ன இது? இவளும் இன்று இயல்பில் இல்லை' என்று நினைத்தேன்.

பிறகு, அரண்மனையை நோக்கி "தாழம்பூ" என்று அழைத்தேன். கண்களிலிருந்து உதிர்ந்த நீர்த்துளிகள் அக்கருங்கற் தளத்தில் விழுந்து சிதறின.

"நான்தான் அவள்"என்றாள் மது.

நான் அவநம்பிக்கையோடு மதுவைப் பார்த்தேன். அவள் எனது கையைப் பற்றி என்னை இறுக்கிக்கொண்டபோது அவள் மீது தாழம்பூ வாசனையடித்தது.

நாங்கள் அவ்விடத்திலிருந்து வேகவேகமாக அகன்றோம். சற்று தொலைவில் போனதும் மெல்லத் திரும்பிப் பார்த்தேன். சிறிய படைவீடுகளும் அரண்மனை மதிலும் சுவடில்லாமல் மறைந்திருந்தன. பெருங்காடொன்று கருங்கற் சாலையை மூடியபடி சரசரவென நகர்ந்துவந்துகொண்டிருந்தது.

●

நித்திலாவின் புத்தகங்கள்

நடப்பது இன்னதென்று அவளது மூளை கிரகித்துக்கொள்வதற்கிடையில் மீண்டும் சில பறந்துவந்தன. அவள் வாசித்துக்கொண்டிருந்த புத்தகத்தில் அதற்கு முந்தைய நொடிதான் ஒரு கொலை நடந்துமுடிந்து இரத்தம் கூழாகத் தரையில் பரவிக்கொண்டிருந்தது. கொலை செய்த காத்யா சாவதானமாக அந்த நொடிதான் வெளியேறிச் சென்றுகொண்டிருந்தாள்.

குழப்பத்தோடு நிமிர்ந்துபார்த்தபோது, கண்களில் அனல் தெறிக்க அம்மா நின்றுகொண்டிருந்தாள். "இந்தச் சனியன்களை விட்டொழிச்சாத்தான் நீ உருப்படுவாய்" என்று கத்தி அழுதபடியே அம்மாவால் வீசியெறியப்பட்ட புத்தகங்கள் நித்திலாவின் காலடியை அண்மித்தும் அவளுக்குப் பின்புறமாகவும் தாறுமாறாகச் சென்று விழுந்திருந்தன. நித்திலா அமைதியாக எழுந்து புத்தகங்களை எடுத்துக்கொண்டுபோய் அவை இருந்த இடத்தில் மறுபடியும் அடுக்கி வைத்தாள். பிறகு, அறைக்கதவைச் சாத்திக்கொண்டு படுத்துவிட்டாள். சாத்தப்பட்ட கதவுக்குப் பின்னால் அம்மா நின்றுகொண்டிருப்பதை அவளால் உணரமுடிந்தது.

அப்பா இறந்துபோனபோதுகூட அம்மா அப்படிக் கத்தியழுது அவள் பார்த்ததில்லை. அதற்கு அவர் எந்நேரமும் குடித்துக்கொண்டிருந்தது காரணமாக இருக்கலாம். அண்ணா தனக்குப் பிடித்த பெண்ணைத் திருமணம் செய்துகொண்டு வந்து நின்றபோதும், அவன் சில மாதங்களிலேயே தனிக்குடித்தனம் போனபோதும்கூட அம்மா தன் உணர்ச்சிகளை வெளிக்காட்டிக்கொண்டதில்லை.

இன்று கண்களில் நீர் பெருக்கெடுக்க உடலெல்லாம் பதறித் துடிக்க கத்துகிறாளென்றால், அந்தளவிற்கு உள்ளுக்குள் உடைந்து நொறுங்கிப் போயிருக்கவேண்டும் என்று நினைத்தாள்.

அம்மா புத்தகங்களைத் தூக்கியெறிந்ததைப் பார்த்த கணத்தில் கோபம் பொங்கியது. வேறு யாராவது அப்படிச் செய்திருந்தால் சன்னதம் ஆடித் தீர்த்திருப்பாள். ஆனால், அம்மாவை ஒன்றும் சொல்லமுடியவில்லை. தவறு இழைத்துவிட்டதான மனநிலை நித்திலாவை மௌனமாயிருக்கச் செய்தது. படுத்திருந்தபடி அறையைச் சுற்றி விழிகளை ஓட்டினாள். அன்றாட உபயோகத்தில் இல்லாத பொருட்களை வைப்பதற்கென உயரத்தில் கட்டப்பட்டிருந்த தட்டுக்களில், அலமாரிகளில், எழுதும் மேசையில், கணனி மேசையில், முகம் பார்க்கும் கண்ணாடி முன், கட்டிலில், நாற்காலியில், அதனருகில் தரையில் இவையெல்லாம் போதாதென்று கட்டிலுக்குக் கீழும் புத்தகங்கள் கிடந்தன. கழிப்பறையின் தண்ணீர்க்குழாயினுள் சிறிய புத்தகங்கள் செருகப்பட்டிருந்தன. அவை பெரும்பாலும் எளிமையான வாசிப்பிற்குரிய ஜனரஞ்சக சஞ்சிகைகள். விடயத்திலும் பருமனிலும் கனத்த புத்தகங்கள் மலச்சிக்கலுக்கு இட்டுச்சென்றன.

அந்தச் சிறிய அறைக்குள் அவளோடு கடதாசியின் மட்கிய மணமும் தூசியும் இருட்டும் குடியிருந்தன. புதிதாக வாங்கி வரும் புத்தகங்கள் தமக்கான இடத்தை அடைவதற்கு முன்னம் சில காலம் முன்னறையில் அமர்ந்திருக்கும். அடிக்கடி அவற்றை எடுத்து மணந்துபார்ப்பாள். பெற்றோல் மணம், சிகரெட், விபூதி மற்றும் மழை கிளர்த்தும் வாசனை, மெழுகுவர்த்தி எரியும்போது எழும் வாசனை போலவே அதுவும் அவளுக்கு மிகப் பிடித்தமானதாயிருந்தது. ஆரம்பத்தில் அப்படி அவள் செய்யும்போது, 'நீ திருந்தமாட்டாய்' என்ற பாவனையில் அம்மா தலையசைத்துச் சிரிப்பாள். பிறகு, வினோதமாகப் பார்த்துவிட்டு முகத்தைத் திருப்பிக்கொள்ளத் தொடங்கினாள். அண்மைக்காலத்தில், நித்திலா புத்தகங்களை மணந்து பார்ப்பதைப் பார்க்க நேரும் அம்மாவின் கண்களில் வேதனை குடிகொண்டிருப்பதை அவள் அவதானித்திருந்தாள்.

அவள் சிறுமியாயிருந்தபோது, விபரீதமெனச் சொல்லத்தக்க எதையும் அவளிடத்தில் கண்டார்களில்லை. அந்நாட்களில் அப்பா எப்போதாவதுதான் குடித்தார். அப்பாவும் அம்மாவும் பணத்தை முன்னிட்டு சண்டையிட்டுக் கொள்ளத் தொடங்கியிருக்கவில்லை. வாசிக்கும் பழக்கம் ஆரோக்கியமானதென்ற எண்ணமே

தமிழ்நதி ♦ 27 ♦

அப்போது அவர்களுக்கிருந்தது. 'புத்திசாலி! இத்தனை சிறிய வயதில் இவ்வளவு பெரிய புத்தகம் படிக்கிறதே' என்று மற்றவர்கள் சொல்வதைக் கேட்பதில் பெருமை கலந்த ஆனந்தமிருந்தது. வீட்டிற்கு புதியவர்கள் வரக்கண்டால் நித்திலா ஓடிப்போய் அறைக்குள் ஒளிந்துகொள்வாள். வீட்டிற்கு வருபவர்களுக்குரித்தான சம்பிரதாயம் வழுவாமலிருக்க அவர்களும் இவளை இழுத்துப் பிடித்து வைத்து சில கேள்விகளைக் கேட்பார்கள். அந்நேரங்களில், ஒரு முயல்குட்டியைப் போல ஓடுவதற்கு ஆயத்தமாக கால்களைப் பெயர்த்துக்கொண்டு உள்ளறை நோக்கிக் கண்களைத் திருப்பியிருப்பாள்.

அவள் அறையைவிட்டு வெளியே வருவது மிகக் குறைவு என்பதையும் தவிர்க்கவியலாமல் போனாலொழிய எவருடனும் பேசுவதில்லை என்பதையும் அவர்கள் தாமதமாகவே உணரத்தொடங்கினார்கள். எப்போதாவது சடுதியாக அறைக்குள் நுழையும்போது வாசித்தபடியோ, கையில் புத்தகத்தோடு வேறொரு உலகத்தினுள் மூழ்கிவிட்டிருப்பதையோ, புத்தகம் கையிலிருக்க உறங்கிவிட்டிருப்பதையோ கண்டார்கள். விளக்குகள் ஒளிர்ந்தபடியிருக்க உறக்கத்தில் ஆழ்ந்துபோயிருக்கும் தமது சின்ன மகளைக் குறித்து அவர்கள் கவலைகொள்ளத் தொடங்கினார்கள்.

அவளுடைய பதினாறாவது வயதிலிருந்து அம்மா அந்தக் கேள்வியை அவளிடம் கேட்கத் தொடங்கினாள். முதலில் வருத்தத்தோடும் பிறகு எரிச்சலோடும் நாளாக நாளாக கோபத்தோடும் அதே கேள்வியைக் கேட்டாள்.

"நீ ஏன் இப்பிடி இருக்கிறாய்?"

"எப்பிடி இருக்கிறேன்?"

"மற்றப் பொம்பிளைப் பிள்ளையளைப் போலை நீ ஏன் இருக்க மாட்டேனெண்டிறாய்?"

அம்மா அந்தக் கேள்வியைக் கேட்கும்போது பக்கத்துவீட்டு சுமதியை மனதில் வைத்துக்கொண்டுதான் கேட்கிறாள் என்பதை நித்திலா அறிவாள். சுமதி, அம்மாவின் நீரிழிவு நோய் பற்றி அக்கறையோடு விசாரிப்பாள். அவளுக்குச் சமைக்கத் தெரிந்திருந்தது. குறிப்பாக, அவள் ஊற்றும் தோசை வட்டாரியால் வரைந்ததைப் போல வட்டமாக இருந்தது.

மேலும் அது தோசையைப் போலவே ருசித்தது. வீட்டைத் தூசி தும்பு இல்லாமல் சுத்தமாக வைத்துக்கொள்ளப் பழகியிருந்தாள். சுமதியின் வீட்டுக்கு யாராவது போனால் விழுந்து விழுந்து உபசரிப்பாள். அவர்கள் 'செத்துப் போ' என்று சொன்னால், 'எத்தனை மணிக்கு?' என்று கேட்டுவிட்டுச் செத்துப்போகிறவளைப் போல அத்தனை அனுசரணையோடு நடந்துகொள்வாள். எல்லாவற்றிலும் முக்கியமாக, புத்தகங்களைக் கட்டிக்கொண்டு விழுந்து புரள்வதில்லை. அவளைப் பார்த்துப் பார்த்து மனம் வெதும்புவாள் அம்மா.

"பிள்ளை என்று இருந்தால் சுமதியைப் போல இருக்கவேணும்" என்பாள்.

நித்திலாவும் அம்மாவைச் சமாதானப்படுத்துவதற்காக 'ஏதாவது உதவி செய்யவா?' என்று கேட்டபடி சிலசமயம் சமையலறைக்குள் வருவாள். வேலை எதுவும் சொல்லிவிடக்கூடாதே என்ற எச்சரிக்கையுடன் வெண்ணெயில் இறங்கும் கத்திபோல வழுக்கிச் செல்லும் அந்தக் கேள்வி. அம்மா வேலைகளை முடித்துக்கொண்டு சோபாவில் படுத்திருக்கும்போது ஏதாவது ஆறுதலாகக் கதைக்கவேண்டுமென்று நினைப்பாள். ஆனால், சொற்களைத் திரட்டிக்கொண்டு கதைப்பதென்பது சிரமமானதும் சோம்பல் மிகுந்ததுமான காரியமாயிருந்தது அவளுக்கு.

எப்போதாவது முன்னறைக்குள் வந்து அமர்ந்திருக்கும்போது, தலைக்குமேல் மயிரிழையில் கட்டப்பட்ட கத்தியொன்று தொங்கிக்கொண்டிருப்பதேயான மனஅந்தரத்தோடு அப்படியும் இப்படியுமாக அசைந்தபடி அமர்ந்திருப்பாள். அந்தக் கண்ராவியைக் காணச் சகிக்காமல் அப்பாதான் சொல்வார்.

"நீ போறதெண்டாப் போ"

நித்திலா கதைக்காமலிருப்பதை விடவும் அப்படி நிர்ப்பந்தத்திற்குக் கட்டுப்பட்டு அமர்ந்திருப்பதைப் பார்ப்பது இன்னும் மோசமாயிருந்தது.

வெளியாட்களோடு எப்படி நடந்துகொள்வது என்பதையும் அவள் அறியாதிருந்தாள். அப்படித் தவிர்க்கமுடியாமல் ஏதாவது கதைக்க நேர்ந்த சமயங்களில், அவர்கள் திடுக்கிடும்படியாக அசந்தர்ப்பமாக ஏதாவது சொல்லிவைத்தாள்.

"உனக்கு உன்ரை புத்தகங்களைத் தவிர்த்து வேறை ஒரு சிந்தனையுமில்லை" என்று அண்ணாகூடச் சொல்லியிருக்கிறான். 'என்னைச் சொல்கிறாய்... நீயும் சுயநலவாதிதான்' என்று இடித்துரைப்பதன் மூலமாக தனது தவறுகளின் கனத்தைக் குறைக்க அவன் சந்தர்ப்பம் கிட்டியபோதெல்லாம் முயற்சித்திருக்கிறான்.

அவளுக்கு புத்தகங்களில் ஈடுபாடு ஏற்பட்டது எந்த வயதிலிருந்து என்று அவளுக்கு உறுதியாகத் தெரியவில்லை. மதில்களில் எழுதப்பட்டிருந்த விளம்பரங்களை, அஞ்சலிக் கவிதைகளை, அரசியல் அறைகூவல்களை எதையும் அவள் விட்டுவைத்ததில்லை. மளிகைப் பொருட்களைச் சுற்றிவரும் காகிதங்களை சுருக்கம் நீக்கி எடுத்து வாசிப்பதற்கெனச் சேகரித்துவைப்பாள். சிகரெட் பெட்டியில் எழுதப்பட்டிருக்கும் 'புகைத்தல் கொல்லும்' என்ற பயமுறுத்தலுக்குக் கீழேயுள்ள வாசகத்தைத் தவறாமல் அப்பாவுக்கு வாசித்துக் காட்டுவாள். பெரும்பாலும், அவளால் வாசிக்கப்பட்ட ஒரு சிகரெட் பெட்டியில் இருந்ததைப்போல மறு பெட்டியில் மரணம் எழுதப்பட்டிருப்பதில்லை.

குறைந்த மழைக்காலம், கூடிய வெயில்காலம் ஆகிய இரண்டு காலங்களில் மட்டும் வாழ்வதென்பது அவளுக்கு சலிப்பூட்டுவதாக இருந்தது. வெவ்வேறான நிலவெளிகளில் மானசீகமாகவேனும் வாழவிரும்பினாள். சுவாரசியமோ, மர்மமோ, திருப்பங்களோ அற்ற யதார்த்தத்தை விட்டு வெளியேறி அதியற்புதமான உலகமெனத் தன்னால் நம்பப்பட்ட ஒன்றினுள் நுழைந்துகொண்டாள்.

ஈரலிப்பான மழைக்காடுகளுள் நனைந்த குரல்களால் பறவைகள் ஒலியெழுப்புவதையும், இரவானதும் பெயர்தெரியாத பூச்சிகளும் வண்டுகளும் ரீங்கரிப்பதையும் கேட்டுக்கொண்டிருந்தாள். கண்ணுக்கெட்டிய தூரம்வரை பரந்து விரிந்திருந்த புல்வெளிகளில் அலையும் தும்பிகளின் பின்னே, உடலெல்லாம் உற்சாகக் காற்று நிரம்பியிருக்க கைகளை விரித்தபடி ஓடினாள். மஞ்சள் முகங்களில் சிறிய உள்ளடங்கிய கண்களால் சிரிப்பவர்களோடு சிநேகம் கொண்டாள். பனிபொழியும் வீதிகளில் காதல் பித்துப் பிடித்து தனக்குத்தானே அரற்றிக்கொண்டு போனவனின் குளிராடையைத் தொட்டுப் பார்த்தாள். புகையைக் கக்கிக்கொண்டு விரைந்த புகையிரதத்தில் தொற்றி நின்றபடி தாயை நோக்கிக் கைகளை ஆட்டியவளின் கண்ணீரில் உருகினாள். இருந்தவர்களுள் நல்லவனாகத் தோன்றியவனும் அதிகாரமற்றவனுமான வெள்ளைக்காரத் துரையொருவனில் காதல் கொண்டாள். கால இயந்திரத்தின் முட்களைத் தான் விரும்பியபடி முன்பின்னாக

நகர்த்தி நூற்றாண்டுகளில் அங்கிங்கென உலவித் திரிந்தாள்.

வகுப்பிலும் பாடத்தைக் கவனிக்காமல் பாடப்புத்தகங்களுக்குள் மறைத்து வைத்துக்கொண்டு வேறு எதையாவது படித்துக்கொண்டிருந்தாள். அவளைச் சுற்றி எப்போதும் தோழிகள் குழுமியிருந்தார்கள். சாமியாடிகளுள் கடவுளர்கள் புகுந்துகொள்வதுபோல, கதை சொல்லும்போது அவள் வேறொருத்தியாக மாறிவிடுவாள். 'தனக்குள் ஒடுங்கும் சுபாவமுடைய அந்தச் சிறுமியா இவள்?' என்று பார்ப்பவர்கள் ஐயுறும்படியான மாற்றமாயிருக்கும் அது. அந்நேரம், அவள் வாசித்த புத்தகங்களிலிருந்த மனிதர்கள் தரையிறங்கி அழுவார்கள். சிரிப்பார்கள். பித்தேறிப் பிதற்றுவார்கள். அவசரப்பட்டுக் கொலை செய்துவிட்டு ஆசுவாசமாகக் கவலைப்படுவார்கள். கண்களை அகலவிரித்தும் சுருக்கியும் கதையின் போக்கிற்கேற்ப காற்றில் கைகளை அலையவிட்டும் குரலில் ஏற்ற இறக்கங்களைக் காண்பித்தும் தனி நடிப்பு நாடகமே நிகழ்த்திக் காண்பிப்பாள். சிலசமயங்களில், வாசித்த கதைகளிலிருந்து புதிய கதைகளை இட்டுக் கட்டிச் சொல்வதுமுண்டு. அப்போது அவளது முகத்தில் இரகசியமான புன்னகை மலர்ந்திருக்கும். தனக்கு மட்டுமே தெரிந்த ஒரு இரகசியத்தின்பாலான குறுகுறுப்பில் திளைப்பாள்.

பள்ளிக்கூடம் விட்டதும் ஓட்டமாய் ஓடிப்போய் தன் புத்தகங்களிடம் புகுந்துகொள்வாள்.

"சாப்பிடு"அம்மா வெளியிலிருந்து குரல் கொடுப்பாள்.

"அஞ்சு நிமிசம்"

"சாப்பிட வா"

"ரெண்டு நிமிசம்"

"எவ்வளவு நேரம் கூப்பிடுறது?"

இவ்விதமாக நிமிடங்கள் மணித்தியாலங்களாகக் கரைந்துபோவது வழக்கமாயிருந்தது. கடைசியில் பொறுக்கமாட்டாமல் கடுகடுத்த முகத்தோடு அம்மா வந்து நிற்கும்போது வேறு வழியில்லாமல் எழுந்து செல்வாள். ஒரு கையில் புத்தகம் மறுகையால் சாப்பாடு என்னும்போது பல நாட்கள் என்ன சாப்பிட்டோம் என்பதே அவளுக்குத் தெரியாமலிருக்கும்.

ஒரு தடவை, நூலகத்திலிருந்து இரவல் எடுத்துவர இயலாத

அரிதான புத்தகமொன்றின் பக்கங்களைக் கிழித்து எடுத்துவந்தாள். அன்றெல்லாம் ‘அப்படிச் செய்திருக்க வேண்டாமே...’ என்று வருத்தப்பட்டுக்கொண்டேயிருந்தாள். இரவில் எழுந்திருந்து அந்தப் பக்கங்களை எடுத்துப் பார்த்துக்கொண்டிருந்தாள். மென்சிறகுகளாலான பறவைக் குஞ்சொன்றின் இறந்த உடலைக் கையில் வைத்திருப்பதைப் போல உணர்ந்தாள். அதன்பிறகு கிழிப்பதை விட்டுவிட்டு முழுப்புத்தகங்களாகத் திருடவாரம்பித்தாள். கணிசமான அளவு புத்தகங்கள் சேர்ந்துவிட்டன. ஒருநாள் நூலகரிடம் கையுங்களவுமாகப் பிடிபட்டபோது பெரிய சத்தம்போட்டு அழ ஆரம்பித்துவிட்டாள். அவருக்கு அப்பாவைத் தெரிந்திருந்தது. “இனிமேல் அந்தப் பக்கம் வந்தால் பொலிசிடம் பிடித்துக் கொடுத்துவிடுவேன்” என்று எச்சரித்து அனுப்பிவிட்டார். பிறகு அந்த நூலகப் பக்கம் மறந்தும் போவதில்லை.

ஒருவழியாக பல்கலைக்கழகம்வரை படிப்பை ஒப்பேற்றினாள். அவளுடைய தோழிகளெல்லாம் வேலை தேடத் தொடங்கிய காலத்தில் அவள் நூலகம் நூலகமாகப் போய்க்கொண்டிருந்தாள். நூலகத்திலிருந்த புத்தகங்களில் இரவல் வாங்கக்கூடியவை எல்லாம் வாசித்துத் தீர்ந்தன. பக்கத்து ஊர்களிலும் அதற்குப் பக்கத்து ஊர்களிலும் உள்ள நூலகங்களிலும்கூட. தீபாவளிக்கு புத்தாடை வாங்குவதற்காகக் கொடுத்த பணத்தில் புத்தகம் வாங்கிக்கொண்டு வந்திறங்கியவளைப் பார்த்தபோதுதான் அவளில் ஏதோ கோளாறு இருப்பதாக அம்மாவுக்குத் தோன்றவாரம்பித்தது. அன்றைக்கு கன்னத்தில் ஓங்கி அறைந்துவிட்டாள். நித்திலா விசும்பியபடியே சாப்பிடாமல் படுத்துவிட்டாள். ஏதாவது செய்துகொண்டுவிடுவாளோ என்ற பயத்தில் அம்மா நள்ளிரவில் எழுந்திருந்து பார்த்தபோது மெழுகுவர்த்தி வெளிச்சத்தில் அவள் வாசித்துக்கொண்டிருப்பதைப் பார்த்தாள்.

கிடைக்கும் புத்தகங்களையெல்லாம் படித்துவிடுவாள் என்றில்லை. அவ்வளவு புத்தகங்கள் தன்னிடம் இருப்பதே அவளுக்குப் போதுமானதாக இருந்தது. ஒரு பெரிய உலகமே தன் அலமாரிக்குள் அடைபட்டிருப்பதாக அவள் நம்பத்தொடங்கினாள். அந்த மனிதர்களோடு இரகசியமாகப் பேசுவதை வழக்கமாகக் கொண்டாள். இரவுகளில் அவளது அறைக்குள்ளிருந்து குரல்கள் கேட்கத் தொடங்கின.

கையில் ஒரு சதம்கூட இல்லாதபோதிலும் புத்தகக் கடைகளுக்குப் போவாள். புத்தகங்களின் முதுகைப் பார்த்துக்கொண்டு நிற்பதே அவளுக்குப் போதுமானதாக இருந்தது. அங்கு நிற்கும்போது காலம்

புரவியின் கால்கள்கொண்டு பாய்ந்தோடியது. சுற்றவர இருக்கும் பொருட்கள், மனிதர்கள், ஓசைகள் எல்லாம் அந்நேரங்களில் மறந்து மறைந்துபோயின.

திடீரென்று ஒருநாள் அவளது திருமணத்திற்கென்று சேர்த்து வைத்திருந்த நகைகளில் ஒரு சங்கிலியைக் காணவில்லை. முற்றத்து மணலை அரித்துக்கூடத் தேடியாயிற்று. கிடைக்கவேயில்லை. நித்திலாவின் கட்டிலுக்கு அடியில் ஒளித்துவைக்கப்பட்டிருந்த மைமணம் மாறாத புத்தகங்களைப் பார்த்த அன்றைக்குத்தான் ஏதோ விபரீதமாகப் போய்க்கொண்டிருக்கிறது என்பது அம்மாவுக்கு உறைத்தது.

அழுது அடம்பிடித்து திருமணத்திற்குச் சம்மதிக்க வைத்தாள் அம்மா. நித்திலா அப்படிச் சம்மதித்ததுகூட ஏதோவொரு குற்றவுணர்வினாலும், அடிக்கடி அவளது கனவுகளில் தோன்றும் இராஜகுமாரன் இவனாயிருக்கக்கூடும் என்ற எதிர்பார்ப்பினாலுந்தான்.

புகார் கவிந்து மூடிய மழைமாலைப்பொழுதுகளில் அந்த இராஜகுமாரனோடு ஒரே குடையினுள் முன்னொருபோதும் அறிந்திராத தெருக்களில் அவள் நடந்து போயிருக்கிறாள். ஒரு தடவை அவர்கள் பீட்டர்ஸ்பேர்க்கில் புகையிரதத்துக்காகக் காத்திருந்தார்கள். அவளது தலையில் தூவப்பட்டிருந்த பனித்துகள்களை அவன் விரல்களால் தட்டிவிட்டான். அன்றைக்கு அவன் சாம்பல் நிறத்தில் கனத்த குளிராடையொன்றை அணிந்திருந்தான். நித்திலாவை அவன் 'நாஸ்தென்கா"வென்று அழைத்தான். முகமெல்லாம் களிப்பேருவகை பொங்கத் திரும்பிய கணத்தில் அவள்தான் எத்தனை அழகாயிருந்தாள் !

முதலிரவில், 'உனக்கு என்னவெல்லாம் பிடிக்கும் ?' என்று கணவனானவன் கேட்டபோது, ஒரு நொடியும் தாமதிக்காமல் 'புத்தகங்கள்' என்றாள். அரையிருளில் அவனது முகம் புலப்படவில்லை. எனினும், அந்தப் பதிலால் அவன் திருப்தியடையவில்லை என்பதைத் தொடுதலில் உணர்ந்தாள். அவனோடு, நிறையக் கதைக்க விரும்பினாள். அவனோ வார்த்தைகளைக் காட்டிலும் செயலையே விரும்பினான். அனிச்சைச் செயலாகத் தன்னை தின்னக் கொடுத்து முகட்டைப் பார்த்துக்கொண்டு அவள் படுத்திருந்தாள். முகட்டைப் பிரித்துக்கொண்டு தன் குதிரை சகிதம் இராஜகுமாரன் வெளியேறிப்

தமிழ்நதி • 33 •

போனான். வருத்தமாக இருந்தது.

மாமியார் அவளது புத்தகங்களை எடுத்துவரக்கூடாதென்று சொன்னபோது திரும்பி கணவனின் கண்களைப் பார்த்தாள். அவனோ அதைக் கவனிக்காததுபோல மறுபுறம் திரும்பிக்கொண்டான். அப்போதிருந்தே அவனைப் பிடிக்காமலாயிற்று.

புகுந்த வீட்டில் மாடுகளும் மனிதர்களும் நிறைந்திருந்தார்கள். அவளுக்கு ஒரு நிமிடந்தானும் ஓய்வில்லை. இரவுகளில் கணவன் படுக்கைக்கு அழைத்தால் சுவரில் நகரும் பல்லியையோ, இருளையும் ஒளியையும் மாறி மாறிப் படர்த்தும் வாகனங்களின் நிழல்களையோ பார்த்துக்கொண்டு படுத்திருந்தாள். அவன் அவளை 'மரக்கட்டை' என்று திட்டும்போது மரத்த விழிகளால் அவனைப் பார்த்துவிட்டுத் திரும்பிப் படுத்துக்கொள்வாள். அவனும் நாளடைவில் சலித்துப்போனவனாக பக்கத்து ஊரிலுள்ள ஒரு பெண் வீட்டிற்குப் போய் தங்கத் தொடங்கினான். முதலில் தயங்கித் தயங்கிப் பகலிலும் பிறகு தயங்காமல் இரவிலும் போகத் தொடங்கினான். இவளோ வீட்டுக்குப் போகவேண்டும் என்று நச்சரித்துக்கொண்டேயிருந்தாள். மாமியாரும் "இந்தச் சனியனைக் கொண்டுபோய் விட்டுத் தொலை" என்று சொல்லத் தொடங்கினாள். அவன் ஆற்றமாட்டாமல் கொண்டுபோய் விட்டுவிட்டு வந்தான். அவள் வீட்டுக்குத் திரும்பிச் சென்ற அன்று அவளிடமிருந்து மாட்டுச் சாணி வாடையடிப்பதாக அம்மா சொன்னாள். நீண்ட காலத்திற்குப் பிறகு அவள் புத்தகங்களோடு படுத்துறங்கினாள். நடுஇரவில் கண்விழித்துப் பார்த்தபோது ஆழ்கடலின் பேரமைதி தன்னுள் இறங்கியிருக்கக் கண்டாள்.

முதலில், அவள் தற்காலிகமாகத்தான் அங்கு வந்திருப்பதாக அம்மா நினைத்தாள். பிறகு உண்மையறிந்து முகத்தைத் திருப்பிக்கொண்டு திரிந்தாள். இவளோ, திருமணம் என்ற ஒன்று தனக்கு நடக்கவேயில்லை என்பதாக நடந்துகொண்டாள். போதாக்குறைக்கு, ஒரு சோடிக் காப்பை விற்று புத்தகங்கள் வேறு வாங்கினாள். அம்மா எடுத்ததற்கெல்லாம் கோபப்படத் தொடங்கியது அப்போதிருந்துதான். என்றாலும் புத்தகங்களைத் தூக்கியெறியுமளவிற்கு மனதில் கோபம் அடர்ந்திருக்கும் என்பதை நித்திலா அறிந்திருக்கவில்லை. அம்மா சலிக்காது கேட்டுக்கொண்டிருந்தாள்.

"நீ ஏன் இப்பிடி இருக்கிறாய்?"

வயோதிகத்தில் சுருங்கியிருந்த அம்மாவின் முகம் இந்தக் கேள்வியைக் கேட்கும்போது துயரத்தால் மேலும் சிறுத்துவிடும். கண்கள் உள்ளாழத்தில் புதைந்துகொண்டன போலிருக்கும். அவளுக்கோ பதிலற்ற கேள்விகளைக் கேட்கும் அம்மா அவ்விடத்திலிருந்து அகன்றால் போதுமென்றிருக்கும்.

"மருமகன் எவ்வளவு நல்லவர். அவரோடை நீ ஏன் ஒத்துப்போயிருக்கக்கூடாது?"

இவளோ, கடைசியாக வாசித்த வரியில் அகலாது நின்றுகொண்டிருப்பாள். அடுத்த வரியானது எதிர்பாராத திசையில் அவளை அழைத்துச் செல்வதற்குக் காத்திருப்பதன் பதட்டம் உள்ளோடும்.

"உன்ரை வாழ்நாளிலை இதையெல்லாம் நீ வாசிச்சு முடிக்கப்போறேல்லை" அம்மாவின் குரல் சாபமிடுவதைப் போல ஒலித்தது.

அது நித்திலாவுக்கும் தெரிந்திருந்தது. ஆனாலும் அவள் மழைக்காலத்திற்கென எறும்புகள் தானியங்களைச் சேமிப்பதைப்போல, விவசாயி விதைநெல்லைச் சேமிப்பதைப்போல, குழந்தைகள் பிரியமான தின்பண்டங்களைப் பொதிந்து வைத்திருப்பதைப்போல புத்தகங்களைச் சேகரித்தாள். வீட்டிற்கு வரும் யாராவது அவளது புத்தகங்களுக்கருகில் செல்கிறார்களென்று உணரும் தருணம் தற்காப்புக்குத் தயாராகும் விலங்கு போலாகிவிடுவாள். இரவல் கொடுப்பதென்பது இழப்பதே என்பதை அனுபவம் அவளுக்குக் கற்பித்திருந்தது. அவள் சந்தித்த சொற்பமான மனிதர்களில் விதிவிலக்கானவர்கள் மிகக்குறைவு. இரவல் கொடுக்கப்பட்டு திரும்பிவராத புத்தகங்களை மீண்டும் வாங்கி இலக்கம் ஒட்டி பத்திரப்படுத்துவாள்.

கடைசியில், அம்மா சலித்த கண்களோடு கதவைச் சாத்திவிட்டுப் போவாள். அந்த மூடலில் கோபமும் வருத்தமும் கலந்திருக்கும்.

சேமிப்பு கரைந்துகொண்டே போய் இறுதியில் வீட்டை விற்கவேண்டிய நிலை வந்தபோது அவள் அந்த பல்கனியை, அதையொட்டி வளர்ந்திருந்த இலையடர்ந்த மரத்தை, அதில் மாலையானதும் வந்தமரும் பறவைகளை, துல்லியமான வானத்தை, வெளிச்சத்தை இழந்தாள்.

புதிதாகக் குடிபோன வாடகை வீடு பகலிலும் இருண்டிருந்தது.

பெயருக்கு சன்னல்கள் இருந்தனதாம். ஆனால், அவற்றைத் திறக்கவொட்டாமல் பக்கத்து வீட்டுச் சுவர் தடுத்து நிறுத்தியிருந்தது. வீடு மாறுவதற்கு முன்பாக புத்தகங்களில் சிலவற்றை பக்கத்திலிருந்த நூலகத்திற்கு மனமில்லாமல் கொடுக்கவேண்டியிருந்தது. அப்படியிருந்தும் இடம் போதவில்லை. அம்மா சின்னஞ் சிறிய கூடத்தில் உடலைக் குறுக்கியபடி படுத்துக்கொண்டாள். கோடைகாலத்தில் வெப்பம் தகித்தது. குகையொன்றில் இருப்பதான மனநிலையில் மூச்சுத் திணறியது. மேலும், இரவு பத்துமணிக்கு மேல் விளக்குகளை எரிய விட அனுமதியில்லை. ஆறு மாதத்திற்கு மேல் அந்த அனலைத் தாங்கவியலாமற்போக மறுபடியும் வீடு மாறவேண்டியதாயிற்று.

வீடு மாறிச் செல்ல வேண்டியேற்பட்ட ஒவ்வொரு தடவையும் அம்மா புத்தகங்களில் கோபங்காட்டினாள். தனக்குப் பிரியமற்ற மனிதர்களைப் பார்க்கும் கண்களால் அவற்றைப் பார்த்தாள்.

“இதையெல்லாம் என்ன செய்யப்போறாய்?”

நித்திலா மௌனமாக அமர்ந்து சின்னச் சின்ன அட்டைப் பெட்டிகளில் புத்தகங்களை அடுக்கிக்கொண்டிருப்பாள்.

வீடு மாற்றித் தர வந்திருந்த வேலையாட்களில் ஒருவன் அந்தக் கனமான அட்டைப் பெட்டிகளில் ஒன்றைத் தூக்கிச் செல்லும்போது கீழே போட்டுவிட்டான்.

“இதுக்குள்ளை என்ன பிணமா இருக்குது?”என்று கேட்டான் உடனடி விளைவான எரிச்சலோடு.

“ஓமோம்... உங்கடை பிணம்!” என்று சொன்னபிறகுதான் அப்படிச் சொல்லியிருக்கவேண்டாமே என்று தோன்றியது. அவன் முகம் இருண்டவனாக படியிறங்கிச் சென்றுவிட்டான்.

இது கொஞ்சம் விசாலமான வீடு. ‘ஓ’வென்றிரைந்தபடியிருக்கும் வீதிக்கருகில் இருந்தது. கண்கள் கூசும்படியான வெளிச்சம். வெட்டவெளியில் நிற்பதுபோலிருந்தது. அவள் சன்னல்களை அடைத்து இருண்ட நிறத்திலான திரைச்சீலைகளைத் தொங்கவிட்டாள். பிறகு பிரிக்கப்படாத பெட்டிகளுக்கு நடுவில் அமர்ந்து வாசிக்கத்தொடங்கினாள். அம்மாவுக்கு அவளை என்ன செய்வதென்றே புரியவில்லை. குனிந்து வாசித்துக்கொண்டிருந்த அந்த மெல்லிய உருவத்தை சில விநாடிகள் உறுத்துப்பார்த்தாள். அவளது துயரம் ஒரு விம்மலெனப் புறப்பட்டது.

“என்ரை காலத்துக்குப் பிறகு நீ தனிச்சுத்தான் போகப்போகிறாய்”

அந்தத் தாய் விழிகளில் துளிர்த்த நீரைச் சுண்டியெறிந்துவிட்டு அங்கிருந்து நகர்ந்துபோனாள். எப்படியாவது யதார்த்த உலகினுள் நித்திலாவை இழுத்துப்போட்டுவிடவேண்டும். அதைச் செய்வதற்கு அப்போதைக்கு அவளுக்குத் தோன்றிய ஒரே வழி நித்திலாவை வேலைக்கு அனுப்புவதுதான். அப்படியாவது அவளை வெளியாட்களோடு பழகச் செய்யலாமென்று அம்மா நம்பினாள். ஆதங்கத்தோடு அந்தக் கேள்வியைக் கேட்கத் தொடங்கினாள்.

“நீ ஏன் வேலைக்குப் போகக்கூடாது?”

நித்திலா திகைத்துப்போனாள். வேலைக்குப் போவதென்பது அவளளவில் செத்துப்போவதுதான்! அதற்குச் சற்றும் குறைந்ததில்லை அது! அம்மாவால் இதுநாள்வரையில் கேட்கப்பட்ட கேள்விகளில் இதுதான் அதிகமும் அச்சுறுத்துவதாக இருந்தது. அலாரம் உச்சிமண்டையில் ஓங்கி அடிக்க அதிகாலையில் பதறித் துடித்து எழுந்து வேலைக்கு ஓடிய அண்ணா நினைவில் வந்தான். ஒரு கோப்பிடமோ, கணனியிடமோ, இயந்திரத்திடமோ, கையில் மறைமுகச் சாட்டையேந்திய எந்த மனிதனிடமோ தனது நாட்களைக் கையளித்துவிட்டு உயிருள்ள பிணமாக உலவுவதென்பது அவளளவில் அசாத்தியமே. ஆனாலும், அம்மா வேலைக்குப் போகச்சொல்கிறாள். நாளாக நாளாக தள்ளவும் கொள்ளவும் முடியாத ஆளாக அம்மா மாறிவருவதாக அவளுக்குத் தோன்றியது. ஆனாலும், நோய்க்கிருமியென கவலை அவளை அரித்துக்கொண்டிருப்பதை நித்திலாவால் உணரமுடிந்தது. எல்லோராலும் வெறுக்கத்தக்க ஒரு ஆளாகத் தான் மாறிவிட்டேனோ என்ற முதற்றடவையாக அவள் யோசிக்கத் தொடங்கினாள். அம்மாவாலும் வெறுக்கப்பட்டுவிடுவேன் என்ற நினைவு தாங்கவியலாத துன்பத்தைத் தந்தது. ஆனாலும் தயங்கியபடியே கேட்டாள்.

“ஏதாவது புத்தகக் கடையிலோ, லைப்ரரியிலோ எனக்கு வேலை கிடைக்குமா?”

அம்மா ஆயாசம் நிறைந்த கண்களால் அவளைப் பார்த்தாள். அங்கேயே விழுந்து செத்துப்போகலாம் போன்ற களைப்பு அவளை மூடியது.

“ஊருலகத்திலை உன்னைப் போல ஒரு பொம்பிளைப் பிள்ளை இருக்காது” என்றாள் கசப்போடு.

இதைச் சொல்லும்போது அவளது குரல் இற்றுப்போயிருந்தது. அதன்பிறகு நித்திலா அம்மாவின் கண்களுக்கு அஞ்சத் தொடங்கினாள். அம்மா உறங்கிய பிறகு மெழுகுவர்த்தியின் ஒளியில் வாசிக்கப் பழகினாள். கிடைக்கக்கூடாதென்ற பிரார்த்தனையுடன் வேலைகளுக்கு விண்ணப்பம் அனுப்பவாரம்பித்தாள். நேர்முகப் பரீட்சைக்குத் தோற்றும்படியாக வந்த கடிதங்களைக் கிழித்துப் போடவும் புத்தகங்களுக்கு அடியில் மறைக்கவும் செய்தாள். எவ்வளவோ கவனமாக இருந்தும் அந்தக் கடிதங்களில் ஒன்று அம்மாவின் கைகளில் சிக்கிவிட்டது.

"இந்தப் புத்தகங்களை விட்டெறிஞ்சுபோட்டு வேலைக்குப் போ" என்றாள்.

"சாப்பிடவும் வாடகைக்கும் காசிருந்தால் போதாதா அம்மா?"

வீடு விற்ற பணத்தை வங்கியில் வைப்பிலிட்டு அந்த வட்டியில் சீவனம் போய்க்கொண்டிருந்ததை நித்திலா அறிந்திருந்தாள்.

அம்மாவின் முகம் கடுகடுத்தது. அவள் பல ஆண்டுகளை ஒரு நொடியில் கடந்துவந்திருக்க வேண்டும். பிறகு அறையை நோக்கிப் பாய்ந்தோடினாள். திரும்பி வரும்போது அவளது கையில் புத்தகங்கள் இருந்தன. அவற்றை நித்திலாவின் காலடியில் விசிறியெறிந்தாள்.

"இந்தச் சனியன்களை விட்டொழிச்சாத்தான் நீ உருப்படுவாய்" என்று கத்தியழுதாள். பிறகு கதவைத் தடாலென்று அடித்துச் சாத்திவிட்டு வெளியில் போய்விட்டாள்.

நித்திலா காத்திருந்தாள். மாலையாகிற்று. இருண்டது. கடிகாரத்தின் ஓசை அப்படியொருநாளும் பூதாகரமாகக் கேட்டதில்லை. அம்மா, அண்ணா வீட்டுக்குப் போயிருப்பாள் என்று தற்சமாதானம் செய்துகொண்டாள். தனிமை கொடிய நகங்களோடும் பற்களோடும் அருகிருந்தது. இரவு பத்துமணியளவில் அம்மா வீட்டினுள் நுழையும் காலடியோசை கேட்டது.

"நான் வேலைக்குப் போறன் அம்மா" என்று எழுந்திருந்து சொல்ல நினைத்தாள். பிறகு அந்த நாளின் கலவரத்தில் அயர்ந்து கண்ணுறங்கிப்போனாள்.

எழுந்து பார்த்தபோது விடிந்திருந்தது. வாகனங்களின் இரைச்சல் அமுங்கலாகக் கேட்டது. அருகிலிருந்த பெருமரத்திலிருந்து பறவையொன்று இடைவிடாமல் கூவியது. சமையலறையில்

பாத்திரங்களின் ஓசை கேட்கவில்லை. எட்டு மணி வரை காத்திருந்தாள். வழக்கமாக தேநீர் கொண்டுவரும் அம்மா வரவேயில்லை. மெதுவாக எழுந்து வெளியில் வந்தாள். அம்மா கூடத்தில் பழஞ்சேலையை விரித்துப் போட்டுப் படுத்திருந்தாள். தலையணை கூட வைத்துக்கொள்ளவில்லை.

"அம்மா..." அழைத்துப் பார்த்தாள்.

இப்படியொரு கோபத்தை அம்மா அவளிடம் காண்பித்ததேயில்லை.

"உங்களுக்கு நான் வேலைக்குப் போகோணும்... அவ்வளவுதானே...?"

அம்மா சலனமற்றுக் கிடந்தாள்.

வயிற்றில் கலவரத்தின் கனத்தை உணர்ந்தாள். அருகமர்ந்து உலுப்பினாள். அம்மா அசைவற்றுக் கிடந்தாள். மெதுவாக விசும்பியழத் தொடங்கினாள். விசும்பல் கதறலாக மாறியது. யாரோ படியேறி வரும் காலடியோசை கேட்டது. சற்றைக்கெல்லாம் கூடம் ஆட்களால் நிறைந்துவிட்டது.

நித்திலா யாருடையவோ தோளில் சாய்ந்து அழுதுகொண்டிருந்தாள். அவ்வளவு துயரத்திற்கிடையிலும், வேலைக்குப் போக வேண்டியதில்லை என்று நினைக்க உள்ளுக்குள் சந்தோசமாகத்தான் இருந்தது.

●

மாயக்குதிரை

அது சிவப்புநிற ஏழு— அதற்கு கண்களும் உதடுகளும் இருந்தன. பனியில் சறுக்கிக்கொண்டே வந்து இவளைக் கடந்துபோயிற்று. வெள்ளைவெளேரென்ற பனியில் கருஞ்சிவப்பாய் அது போவதைப் பார்க்கப் பரவசமாக இருந்தது. சற்று தொலைவு போய் திரும்பி வந்தது. எங்கிருந்தோ மேலும் இரண்டு ஏழுகள் வந்தன. 'கிர்'ரென வட்டமடித்து மூன்றும் ஒரே வரிசையில் நின்றன. இவள் கைகளை உயர்த்தி மகிழ்ச்சியில் கத்தினாள்.

கனவுக்கும் நனவுக்கும் இடையிலான அந்தரநிலையில் கொஞ்ச நேரம் படுத்துக்கிடந்தாள். ஏழின் பிசிறற்ற நேர்த்தியான வரிசை அவளை ஆட்கொண்டிருந்தது. தன்னைக் குறித்த அயர்ச்சியும் சூதாட்டத்தின் மீதான கிளர்ச்சியும் ஒருசேர வந்து அவளைச் சூழ்ந்தன. 'கடவுள்தான் என்னைக் காப்பாற்றவேண்டும்' என்று சொல்லிக்கொண்டாள்.

எப்போதாவதுதான் அவளுக்கு கடவுளின் ஞாபகம் வரும். சூதாட்ட விடுதிக்குள் நுழையும்போது, வெல்லவேண்டும் என்று வேண்டிக்கொண்டு உள்நுழைவாள். தோற்றுக்கொண்டிருக்கிறோம் என்ற உணர்வு அமிலமாய் சுரக்க ஆரம்பிக்கும்போது, முழுவதுமாக இழப்பதன் முன் அங்கிருந்து தன்னை எப்படியாவது வெளியேற்றிவிடுமாறு பிரார்த்தனை செய்வாள். மேற்படி சந்தர்ப்பங்கள் தவிர்த்து அவளுக்கு கடவுளின் ஞாபகம் வருவது குறைவு. அவளுக்கும் சேர்த்து வேண்டிக்கொள்ள அம்மா இருந்தார். அவளுடைய ஊதாரித்தனத்தைப் போக்கவேண்டும் என்பதும் அம்மாவின் பிரார்த்தனைகளுள் ஒன்று.

“காசிருந்தாத் தாங்கோ...” என்றவளை நிமிர்ந்து பார்த்தார் அம்மா.

“ஏன்...?”

இந்தக் கேள்விக்குப் பதில் சொல்வதற்குமுன் முகத்தை இறுக்கமாக்கிக் கொண்டாள். அப்படிச் செய்வதன்மூலம் ஒன்றிரண்டு கேள்விகளோடு காசு கிடைத்துவிடும் என்பதை அவளறிவாள். “உன் அம்மா உலக வங்கி போன்றவள்” என்று அப்பா அடிக்கடி சொல்வதுண்டு. வெளி, உள், இரகசிய அடுக்குகள் என்றவாறான அம்மாவின் சேமிப்பானது பல தடவை கடன் வாங்குவதைத் தவிர்த்து குடும்ப மானத்தைக் காப்பாற்றியிருக்கிறது. அம்மா ஐந்து, பத்தாகச் சேமிப்பதை உருவிக்கொண்டு போய் ‘காசினோ’வின் இயந்திரத்துள் விடுவது குறித்து அவளுக்கும் வருத்தந்தான். அதுவொரு காசு விழுங்கிப் பூதம். இலக்கங்களையும் எழுத்துக்களையும் பூக்களையும் பன்றிகளையும் கடற்கன்னிகளையும் தன் வயிற்றுக்குள் வைத்திருக்கும் பூதம்.

“பெரிய தொகையாக விழுந்தால் அம்மாவுக்குக் கொடுப்பேன்தானே...” என்று சமாதானம் செய்துகொள்வாள். விழுந்திருக்கிறது. கொடுத்ததில்லை.

“சிநேகிதப் பிள்ளைகளோடு நயாகராவுக்குப் போறன்...” என்றாள்.

“அதை எத்தினை தரந்தான் பாக்கிறது?”

அவள் பேசாமல் நின்றாள். அம்மாவுக்கு அவள் ஒற்றைப் பிள்ளை. எனவே, அவளது மௌனம் பரிச்சயமாயிருந்தது.

முன்னரெல்லாம் நேரம் காலம் மறந்து நயாகராவை கண்ணெடுக்காமல் பார்த்துக்கொண்டிருந்திருக்கிறாள். நீராலான கனவுலகில் நின்றுகொண்டிருப்பதைப்போல. கூட வந்தவர்கள் அந்த நீர்ப்புகையில் மறைந்தே போனார்கள். அந்த அமானுஷ்யம் ஒருவகையில் அவளைப் பயமூட்டியிருந்தது. பேரிரைச்சலோடு, மனித ஆற்றலுக்கு எட்டாத ஆவேசத்தோடும், தூய்மையோடும், அதில் விழுந்து செத்துப்போய்விடத் தூண்டும் அழகோடும் நயாகரா கொட்டிக் கொண்டிருந்தது.

காசினோவுக்குப் போகிற பழக்கம் பேய்போலத் தொற்றிக்கொண்ட பிறகு நீர்வீழ்ச்சியின் பக்கம் திரும்புவதில்லை. தோற்றுப்போய் மனதுக்குள் அழுதபடி விடுதியறைக்குத்

திரும்பியதோர் நாளில் கண்ணருகில் நயாகரா கொட்டியது. கலக்கத்தோடு விழித்துப் பார்க்க யன்னல் வழியாக வெள்ளை வெளேரென நீர் பாய்ந்து இறங்கிக்கொண்டிருப்பது தெரிந்தது. ஓசையற்ற பொழிவு.

அம்மா நூறு டாலர்களை எடுத்து வந்து தந்தார். அவள் தனது அடுத்த அஸ்திரத்தைப் பிரயோகித்தாள்.

"தெரியாத இடத்திலை போய் காசில்லாமல் நிக்கிறதே..? தற்சமயம் தங்கவேண்டி வந்தால்...?"

மேலும் ஒரு ஐம்பது வந்தது. அத்துடன் அவள் அன்றிரவு வருவது நிச்சயமில்லை என்பதையும் சந்தடிசாக்கில் சொல்லியாயிற்று.

பனியில் சறுக்கிவந்த 'ஏழு' பென்குவினை ஞாபகப்படுத்தியது. உயிர்காப்பு வண்டியின் ஓசைபோல இடைவிடாமல் ஒலித்து எல்லோரையும் திரும்பிப் பார்க்கவைக்கும் அந்த மணியோசை இப்போது மண்டைக்குள் ஒலிக்கத்தொடங்கிவிட்டது. உள்ளுக்குள் அனல் அலை அடித்துக்கொண்டிருந்தது. கன்னங்களைத் தொட்டுப் பார்த்தாள். உண்மையாகவே உடல் தகித்தது.

உறவினர்களுடைய ஒழுக்க வரையறைகளான வீடு, வேலை, புத்தகங்கள், இசை, மாலை நடை, சில நண்பர்கள்... ஒரேயொரு காதலன் இன்னபிறவற்றுள் அவள் சுலபமாக அடங்கினாள். அவளது காதலனாகிய சுதன் அவளை கேலி செய்ததுண்டு.

"அப்பாவி மாதிரி முகத்தை வைச்சுக்கொண்டு எல்லாரையும் ஏமாத்திறாய்"

அவன் மட்டுமே அவளது பலவீனத்தை அறிந்தவன். காசினோ ஞாபகம் வந்ததும் மேற்குறித்த யாவும் பின்னொதுங்கிவிட வேறொரு பெண்ணாக மாறிவிடுவாள் அவள். அந்த நினைவு ஒரு மாயச்செடி போல காலுக்குள் முளைத்து மளமளவென்று வளர்ந்து கிளைகள் மண்டையோட்டைப் பிய்த்துக்கொண்டு வெளியேற எத்தனிப்பதை பயத்தோடு கவனிப்பாள். பன்னிறங்களில் ஒளிரும் 'நியான்' விளக்குகள், கண்சிமிட்டும் இலக்கங்கள் அவளைப் பதட்டப்படுத்துவன. அதிலும் குறிப்பாக ஏழு என்ற இலக்கம் எங்காவது ஒளிரக் கண்டால்... அவ்வளவுதான்! நாணயங்கள் எண்ணப்படுவதற்காகக் கொட்டும் ஓசையும் அவளைக் கலவரப்படுத்துவதே. மணியோசைகள் இன்பமும் துன்பமும் கலந்த வாதையொன்றினைக் கொணர்ந்தன. அந்தக் காந்தக்

குரலை நோக்கி இரும்புத்துகளென நகர்ந்து செல்வாள். உறவுகள், பொருட்கள், கடமைகள், ஒழுங்கான பிள்ளை என்ற பெயர் அனைத்தும் பனிக்காலத் தெருக்கள் போல மங்கத் தொடங்கிவிடும். எதையெதையெல்லாமோ ஞாபகப்படுத்தி தன்னிடம் கெஞ்சுவாள். அந்தக் கெஞ்சலை மயிரளவும் பொருட்படுத்தாத சூதாடியொருத்தியோ மாயக் குழலோசையைப் பின்தொடரும் எலிகளில் ஒன்றாகிவிடுவாள். புறப்படுவதற்கான ஆயத்தங்கள் மளமளவென்று நடந்தேறும்.

அவள் மனம் கணக்குப்போடத் தொடங்கியது. வங்கிக் கணக்கில் முந்நூற்று இருபது டாலர்கள் இருந்தன. கடனட்டையில் இருநூற்றுச் சொச்சம் தேறும். அம்மாவிடம் வாங்கிய நூற்றைம்பதைச் சேர்த்தால் அறுநூற்றைம்பதைத் தாண்டிவிடும். வழிச்செலவுக்கும் விடுதிக்கும் போக ஐந்நூற்றைம்பது டாலர்கள் மிஞ்சும். போதும்! மேலும், இம்முறை தோற்கப் போவதில்லை என மனக்குறளி சொல்லிக்கொண்டேயிருந்தது. ஆயிரத்து எண்ணூறு டாலர்களோடு வீடு திரும்பிய அந்தக் குளிர்கால இரவை நினைத்தாள்.

ஸ்லொட் இயந்திரத்தில் விளையாடுவது எப்படி என்று முதலில் சுதன்தான் அவளுக்குக் கற்றுக்கொடுத்தான். பின்னாளில் அவன் அதற்காக வருந்தியிருக்கிறான்.

“உண்மையிலை இது ஒரு முட்டாளும் செய்யக்கூடிய வேலைதான். இந்த வட்டத்திலை கையை வைச்சு ஒரு அமத்து அமத்தவேணும். மிசினுக்குள்ள இருக்கிற இலக்கங்களும் எழுத்துக்களும் ஒரு சுத்துச் சுத்திக்கொண்டு வந்து நிக்கும். ஒரே இலக்கமோ பழ அடையாளமோ வேற என்னமோ நேர்வரிசையில வந்து நின்றால் வெற்றி. சறுக்கி மேல கீழ போனால் தோல்வி. சாதாரண தொகையும் விழும். ஜாக்பொட்டும் விழும். அவ்வளவுதான்!”

புதிதாக ஒன்றைத் தனது காதலிக்குக் கற்றுக்கொடுக்கும் குதூகலத்துடனும் உற்சாகத்துடனும் அவளுக்குச் சொல்லிக் கொடுத்தான். முதலில் அதை அவள் ‘விசர் விளையாட்டு’ என்றாள். பிறகு அந்த விசர் விளையாட்டுக்குத் தன்னைக் கூட்டிப் போகும்படி சுதனை நச்சரிக்க ஆரம்பித்தாள். அவன் பொறுப்புணர்வு பற்றிப் போதிக்க ஆரம்பித்ததும் அவனுக்குத் தெரியாமல் தனியாகப் போகத் தொடங்கினாள். எப்போதுமில்லை; இரண்டு மூன்று மாதங்களுக்கு ஒரு தடவை திடும்மென மண்டைக்குள் விளக்கு எரியும். மணியடிக்கும். அவ்வளவுதான்! அதன்பிறகு, குண்டியில் நெருப்புப் பற்றவைத்த ஏவுகணைபோல

விசுக்கென்று கிளம்பிவிடுவாள்.

பயணப்பைக்குள் ஒருநாளுக்குத் தேவையான உடைகளோடு சில புத்தகங்களையும் ஒலி, ஒளியிழைத் தகடுகளையும் எடுத்துவைத்தாள்.

"இந்தமுறை ஜாக்பொட் விழுந்தால் இரண்டு நாட்கள் தங்கி ஓய்வெடுத்துவிட்டு வருவேன்." என நினைத்தாள். அப்படி நினைத்த மறுகணமே அது சாத்தியமாகாது என்ற எண்ணம் மின்னி மறைந்தது. 'சனியன்' என்று தன்னையே திட்டிக்கொண்டாள்.

"சாப்பிட்டிட்டுப் போ..." என்றார் அம்மா.

சாப்பிடும் மனநிலையில் இல்லை. ஆனாலும், சாப்பிட்டுவிட்டுச் செல்வதன் மூலம் காசினோவுக்குள் நேரடியாகச் சென்றுவிடலாம் என்ற எண்ணம் அவளை இயக்கியது.

அன்று அவளது முகம் அருளிழந்து போயிருப்பதாக அம்மா சொன்னார். சிலசமயம் அம்மா ஊகித்திருக்கக் கூடும் என்று நினைத்தாள். இல்லை... 'நான்தான் எவ்வளவு பொறுப்பான மகள்' தனக்குள் சிரித்துக்கொண்டாள். அம்மாவை ஏமாற்றுகிறோமே என்று வேதனையாக இருந்தது. பேசாமல் எல்லாவற்றையும் தூக்கிப் போட்டுவிட்டு வீட்டிலேயே அமர்ந்து புத்தகம் வாசிக்கலாம் என்று எண்ணினாள். கடற்கன்னியோ வாலில் செதில்கள் மினுங்க சிணுங்கி அழைத்தாள். ஏழு என்ற குதிரை, பிடரி மயிர்கள் அலைய தலையசைத்துக் கனைத்தது.

பேருந்துக்காகக் காத்திருக்கும்போது ஒரு குடும்பம் — தமிழர்கள் — காரில் தங்களுக்குள் பேசிச் சிரித்தபடி போவதைப் பார்த்தாள். சனிக்கிழமை, எங்காவது உணவகத்துக்குப் போகிறார்களாயிருக்கும். உணவுச் செலவு நாற்பது டாலருக்குள் முடிந்துவிடும். தான் காசினோவுக்குச் செல்வது தெரிந்தால் இவர்கள் என்ன சொல்வார்கள் என்று நினைத்துப் பார்த்தாள். 'கொழுப்பு' என்பார்கள். அநேகமானவர்கள் அவளை ஒரு விசித்திரப் பிராணியாக, கேவலமாக நோக்கவும் கூடும். "அந்தப் பெட்டையோ..."எனத் தொடங்கி ஆயிரம் கதை சொல்வார்கள். நடைப்பயிற்சிக்குத் தோதாக உடையணிந்த ஒருவன் பயணப்பெட்டியோடு நிற்கும் இவளை திரும்பித் திரும்பிப் பார்த்துவிட்டுப் போனான். அவள் எங்கு செல்கிறாள் என்பதை அவன் ஊகித்திருப்பான் என்று தோன்றியது. ஒருவேளை, அவனுக்கும்கூட காசினோவுக்குச் செல்லும் பழக்கம்

இருக்கலாம். அவளையறியாமலே தன்னைக் கடந்துசெல்லும் எல்லோரது கண்களையும் உற்றுப் பார்க்கத் தொடங்கியிருப்பதை சற்று நேரத்திற்குப்பின் உணர்ந்தாள். இந்த மனிதர்கள்தான் எவ்வளவு மகிழ்ச்சியாக இருக்கிறார்கள் என்று எண்ணினாள். தன்னிரக்கம் பெருகியது. இளமையின் வறுமையையும், அகதியாக அலைந்ததையும், புலம்பெயர்ந்து பட்ட சிரமங்களையும் நினைத்துத் தன்னிரக்கம் கொள்வதனூடாக தனது செயலுக்கு நியாயம் கற்பிக்க விழைந்தாள்.

யாருடைய கண்களிலும் படாமல் போய்விட முடிந்தால்... இவ்வளவு தூரமாக இல்லாமல் ஒரே நொடியில் அங்கு சென்றுவிட முடிந்தால்.... அவளுக்கு மட்டும் வசதி இருக்குமானால் நயாகராவுக்குக் குடிபெயர்ந்துவிடுவாள். வேலை... வீடு என்று உழலும் மத்தியதர வர்க்க வாழ்வை நினைத்து எரிச்சலுற்றாள்.

அந்தக் கட்டடந்தான் எத்தனை பிரமாண்டமும் அழகும் பொலிவதாயிருக்கிறது...! அரைக் கோளத்தைக் கவிழ்த்துவைத்தாற்போன்ற நுழைவாயில் இருபத்துநான்கு மணிநேரமும் ஒளியால் வேயப்பட்டிருக்கும். பின்னால் நெடிதுயர்ந்த விடுதியின் மீது 'காசினோ'வைக் குறிக்கும் ஆங்கில எழுத்துக்கள் சிவப்பு நிறத்தில் மினுங்கிக்கொண்டிருக்கும். தோற்றுப் போய் கண்ணீரை ஒளித்துக்கொண்டு வெளியேறிய ஒரு நாளில், அந்தச் செந்நிற எழுத்துக்களின் அழைப்பும் பசப்பும் மினுக்கும் குவீன் வீதியில் பளபளக்கும் கைப்பைகளோடும் குதியுயர்ந்த காலணிகளோடும் அலையும் பெண்களை ஞாபகப்படுத்தியிருந்தது. கொடிய மிருகங்கள் நிறைந்த குகையொன்றினுள் செல்வதான பதைபதைப்பை அவள் பல தடவைகள் உணர்ந்திருக்கிறாள். ஆனால், சூதாட்டம் தரக்கூடிய கிளர்ச்சி அந்தப் பதைப்பை மேவியதாக இருந்தது. பிரதான நுழைவாயில் ஊடாக உள்ளே நுழைந்ததும் வட்டமான பளிங்கு அலங்கார மையம். அதனுள் எழுந்தெழுந்து அடங்கும் குட்டி நீர்வீழ்ச்சிகள். அலங்கார மையத்தின் விளிம்புகளில் எப்போதும் ஆட்கள் இருந்துகொண்டேயிருக்க, அவர்களோடு வந்தவர்கள் புகைப்படம் எடுத்துக்கொண்டிருந்தார்கள். 'சூதின் பேரின்பம் அறியாத மூடர்கள்' என்று, ஆரம்பத்தில் அவர்களைப் பற்றி அவள் நினைத்ததுண்டு.

ஏறத்தாழ இரண்டு மணிநேரப் பயணம். வழிநெடுக மொட்டை மரங்கள் கூதிரை அறிவித்தபடி நின்றிருந்தன. அடர்நீலத்தில் ஏரி சாதுவாகப் படுத்திருந்தது. அதன் கரையில் படகுகள்

காற்றுக்குத் தளம்பியபடி நின்றன. துருவேறிய, ஒன்றோடொன்று சேர்த்துக் கட்டப்பட்டிருந்த இரும்பினாலான இரண்டு ஓடங்கள் புராதன நாவாய்களை ஞாபகப்படுத்தின. அவை நூற்றாண்டுக்கு முந்தியதாக இருக்கலாம் என்று நினைத்தாள். படகுகள், கார் போன்ற உருவரைகளை ஏன் ஸ்லொட் இயந்திரங்களில் பயன்படுத்துவதில்லை என்று யோசித்தாள்.

அவளுக்கு மேசையில் ஆடும் சூதாட்டம் தெரியாது. அதை அவள் விரும்பியதோ, முயற்சித்ததோ இல்லை. நாணயப் பெறுமதிக்கேற்ப காசினோவில் வழங்கப்படும் வட்டவட்டமான நாணயங்களின் விளிம்புகளைக் கையால் வருடியபடி ஆழ்ந்த சிந்தனையில் இறுகிய முகங்களோடு அவர்கள் இருப்பதை அவதானித்திருக்கிறாள். மேசையில் சூதாடுபவர்களில் தமிழ் முகங்களும் உண்டு. பெரும்பாலும் ஆண்கள். மிக அரிதாக பெண்கள். 'ஒரு தமிழ்ப் பெண்... குடும்பத்தில் பொறுப்பாக இருக்க வேண்டியவள்... இங்கு என்ன செய்கிறாய்?'என்றொரு பார்வையை உரிமையோடும் கண்டிப்போடும் அவளை நோக்கி எறிந்த ஆண்கள் உண்டு. தமிழ்ப் பெண்கள் குடிக்கக்கூடாது என்பது போன்ற விதி சூதிற்கும் பொருந்தும் என்பதை அவள் அறிவாள். ஆரம்பத்தில் அத்தகைய பார்வைகளுக்கு அஞ்சி அவசரமாக அவ்விடத்தைக் கடந்து சென்றாள். பிறகோ, 'நீ மட்டும் இஞ்சை என்ன பிடுங்கிக்கொண்டிருக்கிறாய்?' என்ற பார்வையை அலட்சியமாக திருப்பி எறியப் பழகினாள்.

இம்முறையும் அந்தக் குறிப்பிட்ட ஸ்லொட் இயந்திரத்தில் முயற்சித்துப் பார்க்கவேண்டும் என்று நினைத்துக்கொண்டாள். அந்த நாளை பல தடவை மீள்ஞாபகித்துப் பார்த்திருக்கிறாள். அதுவொரு இனிய பரவசம்!

அந்த ஸ்லொட் இயந்திரம் ஒரு தொலைபேசி கோபுரத்தின் வடிவத்தை ஒத்தது. அவள் வென்ற நாணயங்களின் எண்ணிக்கையைக் காட்டும் விளக்கு முதலில் இருபதில் ஏறிநின்றது. பிறகு நாற்பதுக்கு ஏறியது. அதன்பிறகு அறுபது, எண்பது, நூறு, ஆயிரம், பத்தாயிரம் என்று ஏறி உச்சிக்குப் போய்விட்டது.

ஆறாயிரத்து இருநூற்று முப்பத்தைந்து டாலர்கள்!

'ஜாக்பொட்'!!!

'ஜாக்பொட்' விழுந்துவிட்டது என்பதை அறிவிப்பதற்கான மணி அடிக்கத் தொடங்கியது. போதாக்குறைக்கு இயந்திரத்தின்

தலையில் இருந்த விளக்கு வேறு 'வெற்றி... வெற்றி' என்று சுழலவாரம்பித்துவிட்டது. மகிழ்ச்சியில் உரக்கக் கூவவேண்டும் போலிருந்தது. வயிற்றுக்குள் என்னவோ செய்தது. ஆனால், ஒரு தேர்ந்த சூதாடிக்குரிய பக்குவத்தோடு புன்னகை புரிந்தபடி அவள் அமைதியாக அமர்ந்திருந்தாள். சுற்றி ஆட்கள் கூடிவிட்டார்கள். வேறு இயந்திரங்களில் விளையாடிக்கொண்டிருந்தவர்கள் தங்கள் பொறாமை கலந்த விழிகளால் எட்டிப் பார்த்தார்கள். முகங்களில் இருள் கவிந்துவிட்டபோதிலும், அதை நாகரிகப் புன்னகையால் போர்த்தியபடி உதடுகளால் வாழ்த்துத் தெரிவித்தனர். அவள் அவர்களுக்காக உண்மையிலேயே வருந்தினாள். அவர்களது விழிகளில், முந்தைய கணம்வரை தோற்றுப்போயிருந்த தன்னைக் கண்டாள். ஆனால், வெற்றியின் எக்களிப்பு அந்த வருத்தத்தை விஞ்சிநின்றது. அந்நேரம் உடலை பஞ்சுப்பொதி போலவோ, பறவையின் இறகு போலவோ எடையற்று உணர்ந்தது நினைவிருக்கிறது. இருபத்தைந்து சதத்துக்குப் பந்தயம் கட்டக்கூடிய அந்த இயந்திரத்தில் அவ்வளவு பெரிய தொகையை வெல்வதென்பது அதிசயந்தான். அறுபத்து இரண்டு நூறு டாலர் நோட்டுக்களை ஒன்று... இரண்டு... என்று பணியாளர் நிதானமாக எண்ணி, விரிக்கப்பட்டிருந்த அவளது உள்ளங்கைகளுள் வைத்தார். மீதம் முப்பத்தைந்து டாலர்களைத் தனியாகக் கொடுத்தார். அந்த முப்பத்தைந்து டாலர்களையும் பணியாளருக்கு அவள் அன்பளிப்பாகக் கொடுத்தாள். அப்போது அவள், தான் விளையாடிய இயந்திரத்தின் உச்சத்தில் இருந்தாள். 'நன்றி... நன்றி' என்று பல தடவை சொல்லியபடி அதை வாங்கிச் செல்லும்போது கண்களில் வியப்பு இருக்கிறதா என்று கவனித்துப் பார்த்தாள். பணியாளர்களுக்கும் அவளுக்குமான இரகசிய விளையாட்டு அது. அப்படியொன்றும் பகட்டாகத் தோன்றாத ஆசியப்பெண்ணொருத்தி எதிர்பாராத 'டிப்ஸ்'ஐ வழங்கும்போது பணியாளர்களின் தோரணை மாறிவிடுவதை அவள் அவதானித்திருக்கிறாள். சில சமயங்களில் அவர்களை மகிழ்ச்சியூட்டவும் சில சமயங்களில் தோல் நிறத்தின் காரணமாக அலட்சியப்படுத்தும் பணியாளர்களை தற்காலிகமாக வீழ்த்தவும் அவள் அதைச் செய்வதுண்டு.

ஆம்... ஆசியர்களின் கௌரவத்திற்காக!

இனி ஜாக்பொட்டில் பெரிய தொகை விழுந்தால் யார் யாருக்கெல்லாம் காசு கொடுக்கவேண்டும் என்று அவளுக்குள் ஒரு கணக்கு உண்டு. அவளளவில் அது சூது என்ற பாவத்தைப் புரிந்தமைக்கான குற்றப்பணமே. அங்கு வந்து விளையாடும்

வெள்ளைக்காரப் பெண்களோ, மஞ்சள் முகப் பெண்களோ அப்படி நினைக்கமாட்டார்கள் என்று தோன்றியது.

ஒருவழியாக விடுதியை வந்தடைந்து பயணப்பையை தூக்கிக் கட்டிலில் போட்டாள். இலேசாக ஒப்பனை செய்துகொண்டு காசினோவை நோக்கி விரைந்துபோனாள். சிக்னல் பச்சையாக மாறக் காத்திருந்தபோது, அறைக்குத் திரும்பிப் போய் ஏதாவது வாசித்துக்கொண்டிருக்கலாம் அல்லது மடிக்கணினியில் படம் பார்க்கலாம் என்று நினைத்தாள். வரிசையாக நிற்கும் செர்ரி பழங்கள் அவளை அழைத்தன. பன்றிகள் குர்குர்ரென்றன. அவள் விரைந்து நடந்தாள். அன்று காற்றில் குளிர் அதிகமாக இருந்ததாகத் தோன்றியது. நீர்வீழ்ச்சி அருகிலிருப்பது காரணமாய் இருக்கலாம். காற்று பேயாட்டம் ஆடி தலையைக் கலைத்துப் போட்டது.

தொலைபேசி கோபுர வடிவத்தினையொத்த ஸ்லொட் இயந்திரங்கள் ஒன்றிலும் இடமில்லை. காத்திருந்தாள்.

ஆரம்ப நாட்களில் அவள் விசித்திரமான விளையாட்டொன்று ஆடிப் பார்த்திருக்கிறாள். வெளியில் நின்று, தான் வெல்லாமலும் தோற்காமலும் இருப்பதான மானசீக விளையாட்டொன்றை ஆடுவாள். பின்னாட்களில் அதன் பொய்மையில் அயர்ச்சியுற்று நிறுத்திவிட்டாள். வீட்டிலிருந்து புறப்பட்டு பேருந்தில் பயணித்து காசினோவுக்குள் நுழைந்து ஸ்லொட் இயந்திரத்தின் முன் அமர்ந்தபின்னரே மூச்சுவிடுகிறவளாக மாறிப்போன பிற்பாடு, காத்திருப்புகள் கசந்துபோயின.

அந்தக் குறிப்பிட்ட 'ஸ்லொட் மெசின்'களிலிருந்து யாரும் எழுந்திருப்பதாகத் தெரியவில்லை. வேறொன்றைத் தேடிப் போனாள்.

இன்று நான் தோற்றுப் போகமாட்டேன் என்று சங்கற்பம் செய்துகொண்டதற்கேற்றபடி, ஒரு சத இயந்திரத்தின் முன் போயமர்ந்தாள். ஒரு சத, இரண்டு சத விளையாட்டுக்களை வழங்கும் இயந்திரங்கள் புதிதாகப் போடப்பட்டிருந்தன. அதுவொரு ஏமாற்று வேலை என்பதை அவள் சற்று நேரத்திற்கெல்லாம் கண்டுபிடித்தாள். ஒரு சத விளையாட்டை வழங்கும் இயந்திரத்தில் ஒரு சதத்திற்கான ஆட்டமே இல்லை. குறைந்தபட்சம் தொண்ணூறு சதங்களைப் பந்தயம் வைத்து ஆளியை அழுத்தினால் மட்டுமே வெல்வதற்கான சாத்தியங்கள் அதிகம் என்பதை அவள் உணர்ந்தபோது நூற்றி அறுபது டாலர்களை இழந்துவிட்டிருந்தாள்.

அந்த இயந்திரம் 'இதோ... இதோ... வெல்லப்போகிறாய்' என்று பேரிரைச்சல் போட்டுக் கொண்டு சுழன்றது. ஏதேதோ வார்த்தைகளை உச்சாடனம் செய்து உருவேற்றியது. அவளுக்குள் பதட்டம் பரவத் தொடங்கியது.

எழுந்து மற்றொரு இயந்திரத்தைத் தேடிப் போனாள். வழியில் இரண்டு இருபது டாலர்களை இழந்தாள். அன்று சனிக்கிழமையாதலால் கூட்டம் நெரிபட்டது. விளையாடுபவர்கள் தவிர, பொழுதுபோக்கவும் விளையாடுவதை வேடிக்கை பார்க்கவும் என்று வந்த கூட்டம். மதுபானச்சாலையில் ஆண்களும் பெண்களும் சோடி சோடியாகவும் தனியாகவும் அமர்ந்து குடித்துக் கொண்டிருந்தார்கள். தனியாக இருந்தவர்கள் தலையைக் குனிந்தபடி அமர்ந்திருப்பதை அவள் பார்த்தாள். தோற்றுப்போனவர்களாயிருக்கலாம் என்று நினைத்தாள். வழியில், அகன்ற மஞ்சள் முகத்தில் தோல்வியின் கண்ணீர்க் கோடுகள் தெரிய ஒரு பெண் தனியாக அமர்ந்திருந்தாள். சீனா அல்லது கொரியாவைச் சேர்ந்தவளாயிருக்கலாம். மார்பில் பாதி தெரிய உடையணிந்த பெண்கள் உரக்கச் சிரித்தபடி ஆண்களின் தோள்களில் தொற்றிக்கொண்டு போனார்கள். சிலர் கோப்பி குடிப்பதற்கென்றே அங்கு வந்தவர்கள்போல இலவசமாக வழங்கப்பட்ட கோப்பியை வாங்கிக் குடித்துக்கொண்டிருப்பதை அவள் பார்த்தாள். மனதுள் காரணமற்ற எரிச்சல் மூண்டது.

சற்றுநேரத்தில் மனிதர்கள் மறைந்துபோனார்கள். அந்த இயந்திரங்கள் நடுவில் அவள் மட்டும் முடிவில்லாத தெருவொன்றில் நடந்துகொண்டிருப்பதான களைப்பை உணர்ந்தாள். பல தடவை ஆட்களில் மோதிக்கொள்ளத் தெரிந்தாள். அந்தப் பிரமாண்டமான கூடம் அவள்மீது கவிழ்ந்து மூடியது. மூச்சுத் திணறியது.

கூட்டமற்ற இடத்தில், அநாதரவாகக் கிடந்த இயந்திரமொன்றின் முன் போயமர்ந்தாள். அதன் வயிற்றுக்குள் பன்னிற ஏழுகள் இருந்தன. — கடுஞ்சிவப்பு ஏழும் அதிலொன்று. ஏழின் விளிம்புகளில் கறுப்பு நிறத் தீற்றல் அதையொரு பந்தயக் குதிரையென உருமாற்றியிருந்தது. காரணமின்றி கனவுகள் வருவதில்லை என்று அம்மா சொல்வதை நினைத்தாள். 'கடவுளே... கடவுளே...', என்று மனம் அரற்றத் தொடங்கியிருந்தது. ஒவ்வொரு தடவையும் ஆளியை அழுத்திவிட்டு 'விழப் போகிறது.... விழப் போகிறது...' என்ற படபடப்போடு காத்திருந்தாள். அதுவொன்றும் மோசமான இயந்திரமல்ல. விழுத்தியது. பிறகு விழுங்கியது. விழுத்தியது. பிறகு விழுங்கியது. ஒரு தடவை கறுப்புக் குதிரைகள் நேரே அணிவகுத்தன.

நூறு டாலர்களை அவள் வென்றாள். சுழலவாரம்பிக்கும்போது இதயம் துடிதுடிக்கும். நேர்வரிசையில் வந்து நிற்பதுபோல பாசாங்கு காட்டிவிட்டு நழுவிச் செல்லும். என்னவொரு மயக்குப் புன்னகை! ‘உனக்கில்லாமலா...’என்ற சாகசம்...! ஏழு... ஏழு... மூன்றாவது பட்டையிலும் ஏழு வந்து நின்றுவிட்டால்... ஏழு வழுக்கிச் சுற்றி எங்கோ உள்ளொளிந்துகொண்டுவிட்டது. வென்ற நூறு டாலர்களையும் இயந்திரம் பிடுங்கிக்கொண்டுவிட்டது. குறைந்தபட்சம் அந்த இயந்திரம் அவளை சற்று நேரம் விளையாட அனுமதித்தது என்பதில் திருப்தி. அவள் அறுபது டாலர்களை கபளீகரம் செய்த அந்த இயந்திரத்திலிருந்து எழுந்திருந்தாள். ‘நாசமாய் போனவள்’ என்று தன்னையே வைதுகொண்டாள். அவளையறியாமல் அதை உரக்கச் சொல்லியிருப்பாள்போலும். வெள்ளையினப் பெண்ணொருத்தி வினோதமான பார்வையை அவள்மீது விட்டெறிந்துவிட்டுப் போனாள். அவமானமாக இருந்தது.

கைப்பையைத் திறந்து மீதமிருந்த காசை எண்ணிப் பார்த்தாள். சரியாக பத்து இருபது டாலர் நோட்டுகளும் சில நாணயங்களும் இருந்தன. இருநூறு டாலர்கள். அவளுக்கு தலை சுற்றுவது போலிருந்தது. அம்மாவின் முகத்தை நினைத்தாள். அவள் முகம் அருளிழந்து போயிருப்பதாகச் சொன்னதை நினைத்தாள். குற்றவுணர்வாக இருந்தது.

இதோ ஒரு நொடியில் எல்லாம் மாறிவிடப் போகிறது என்று அவள் அப்போதும் நம்பினாள். அப்படி நடந்திருக்கிறது. எல்லாம் சரியாகிவிடும். அந்த மாய நொடி... பிறகு இங்கு நடந்து திரியும் மனிதர்கள் எல்லோரும் தேவன்களும் தேவதைகளும் ஆகிவிடுவார்கள். வென்ற பணத்தை எடுத்துக்கொண்டு திரும்பிப் பாராமல் வெளியேறும் வாயிலை நோக்கி விரைந்துசெல்வாள். வாயிற்புறத்திலுள்ள குட்டி நீர்வீழ்ச்சிகளை இன்றைக்கு நின்று கவனிப்பாள். மகிழ்ச்சி ததும்பி வழியும் மனதோடு விடுதியறைக்குச் செல்வாள். முடிந்தால் நீர்வீழ்ச்சி வரை நடந்து செல்வாள். வீதியெல்லாம் இரவின் பிரகாசம் பொன்துகள்களென இறைந்துகிடக்கும். அறைக்குப் போய் பிட்சாவோ, கென்ரேக்கியோ வரவழைத்துச் சாப்பிடுவாள். செய்ய வேண்டியதெல்லாம் ஒன்றுதான். சரியான இயந்திரத்தை தேர்ந்து விளையாடுவது.

“உன்னிட்ட இருக்கிற காசைத்தான் மெசினுக்குள்ள குடுக்கிறாய். பிறகு அது விழுங்கின காசை எப்பிடியெண்டாலும் திருப்பித் தரச் சொல்லி அதின்ரை காலிலை விழுந்து

கெஞ்சிறாய். காசினோ நடத்துறவங்கள் பைத்தியக்காரங்கள் எண்டு நினைக்கிறியா...? விளையாடுற எல்லாருக்கும் ஜாக்பொட் விழுத்தினால் இழுத்து மூடிப் போட்டு அவங்கள் வீட்டை போக வேண்டியதுதான். இங்கை விளையாட வாற ஒவ்வொருத்தரும் தங்களுக்கு ஜாக்பொட் விழும் எண்டுதான் நினைச்சுக்கொண்டு வருகினம். ஆனா... எப்பவும் வெல்லுறது இல்லை... எப்பவாவது வெல்லுறதுதான் சூதாட்டத்தின்ரை பொதுவிதி" என்ற சுதனின் வார்த்தைகள் ஞாபகத்தில் வந்தன.

பசித்தது. கைத்தொலைபேசியை எடுத்து நேரத்தைப் பார்த்தாள். இரவு பதினொன்றரையாகிவிட்டிருந்தது. இரைச்சலில் அம்மாவின் அழைப்பைத் தவறவிட்டிருந்தாள். யார் மீதென்று தெரியாத கோபம் தலைக்கேற 'சைலன்ட் மோட்'ஐ அழுத்தினாள். இன்னும் அரை மணி நேரத்தில் காசினோவின் உள்ளிருக்கும் உணவு விடுதியைப் பூட்டிவிடுவார்கள். அந்த இடமே புகையடர்ந்ததுபோல மாறியிருந்தது. சூதாட்ட விடுதிகள் உள்ளடங்கலான பொது இடங்களில் புகைப்பதற்கு அனுமதி மறுக்கப்பட்டிருந்தது என்பதனால், அது சிகரெட் புகையல்ல என்பதை உணர்ந்தாள். ஒரே இடத்தில் கண்களைப் பதித்து உற்று நோக்கிக்கொண்டிருந்த காரணத்தால் பார்வை மங்கலாகியிருக்கக்கூடும். இலேசாகத் தலைசுற்றியது.

போதும்... திரும்பிப் போய்விடலாம் என்று நினைத்தாள். வெளியேறும் வாயிலைச் சுட்டும் எழுத்துக்கள் செந்நிறத்தில் ஒளிர்ந்துகொண்டிருந்தன. 'போ... போ...' என்றாள் தேவதை. 'போறியாக்கும்...' என்று செல்லமாகக் கொஞ்சினாள் கடற்கன்னி. அவள் அருகிலிருந்த வாயிலை நோக்கி நடந்தாள். அதனருகிலேயே உணவகம் அமைந்திருந்தது.

வழியில் ஒரு இயந்திரத்தின் முன் ஏழெட்டுப் பேர் கூடி நின்றிருந்தார்கள். எட்டிப் பார்த்தாள். ஜாக்பாட் விழுந்திருந்தது. இரண்டாயிரத்து ஐந்நூறு டாலர்கள். அந்த மனிதர் — வயதானவர் நடுங்கும் கைகளோடு அகலமாகச் சிரித்துக்கொண்டிருந்தார். ஒருபோதும் வென்றிராதவர்போல தோன்றினார். ஏழ்மையைப் பறைசாற்றும் முகம்... உடைகள். கடந்த வாரம் ஒருவருக்கு பதினைந்தாயிரம் டாலர்கள் விழுந்ததைப் பற்றி ஒரு பெண் உரக்க விபரித்துக்கொண்டிருந்தாள். உண்மையில், அதில் விபரிக்க ஒன்றுமேயில்லை. ஒரு அழுத்து... நேர்கோட்டில் உருக்கள்.... அவ்வளவுதான்!

ஜாக்பாட் விழுந்திருக்கும்போது நேராக வந்து நிற்கும் அந்த உருக்களைக் காணக் கண் கோடி வேண்டும். ஒரு தடவை பன்றிக்குட்டிகள் அவளுக்கு ஆயிரத்து ஐநூறு டாலர்களை ஈட்டித் தந்தன. அந்த வெற்றி, அவள் துயரம் ஊறிய முகத்தோடு வெளியேறிச் செல்வதற்கு முன்பாக கையிலிருந்த கடைசி இருபது டாலர்களால் கிட்டியிருந்தது. அன்றிலிருந்து பன்றிகள் மீது அவளுக்கு பிரியம் அதிகமாகிவிட்டது. பிறகொரு தடவை கடற்கன்னிகள் நேர்வரிசையில் வந்து நின்றார்கள். செதில்நிறைந்த வால்களை அவள் வாஞ்சையோடு தடவிக் கொடுத்தாள். கைகளில் தூசி ஒட்டிக்கொண்டது. தீக்கொழுந்துகள் சுற்றிப்படர்ந்த செந்நிற ஏழுகள், ஐந்நூறு டாலர்களை வென்றெடுத்துத் தந்த நாட்கள் அநேகம்.

இன்னும் ஒரு தடவை முயற்சித்துப் பார்க்கலாம் என்று தோன்றிற்று. வயிறோ பசியில் அழுது அடம்பிடித்தது. தலை தொடர்ந்து சுற்றிக்கொண்டே இருந்தது. பொருட்கள் இடம்மாறித் தெரிந்தன. மயங்கி விழுந்துவிடுவேனோ என அஞ்சினாள். இம்முறை தேர்ந்த இயந்திரம் கபகபவென விழுங்கியது. திருப்பித் தரமாட்டேனெனக் கங்கணம் கட்டிக்கொண்டாற்போல ஏறுக்கு மாறாகவே சுற்றியது. தோற்கிறோம் என்று அறிந்தும் யாரையோ பழிவாங்குவதுபோல நோட்டுக்களைத் திணித்துக்கொண்டே இருந்தாள். வயிறு ஒட்டி இடுப்பிலிருந்து ஜீன்ஸ் வழுகிக்கொண்டே இருந்தது. கண்களைச் சுற்றி கருவளையம் படர்ந்திருக்கும் என்பதை கண்ணாடியைப் பார்க்காமலே அவள் ஊகித்தாள். முகம் காய்ந்து தலை கலைந்து ஒரு பிச்சைக்காரியைப் போல இரக்கமற்ற அந்த இயந்திரங்களிடம் கெஞ்சிக்கொண்டிருப்பதை நினைக்க அழுகை வந்தது. சுயவெறுப்பு மிகுந்தது. இந்த நாகரிக உலகம் மட்டும் இல்லையென்றால்.... உண்மையில், அவள் அங்கிருந்து பெருங்குரலெடுத்துக் கத்தியபடி வெளியே ஓட விரும்பினாள். ஆனால், அவள் நினைத்தபடியெல்லாம் அங்கு அவளால் நடந்துகொள்ள முடியாது.

'ஷிட்' என்று வாய்க்குள் நொடிக்கொரு தரம் சொல்லிக் கொண்டாள். கடுமையான வார்த்தைகளைப் பிரயோகித்தால், வன்முறையாக நடந்துகொண்டால் விரட்டிவிடுவார்கள் என்ற அச்சம் அவளைத் தடுத்தது. சூதாடும் பழக்கத்திலிருந்து தம்மை விடுவித்துக்கொள்ள விரும்புபவர்களுக்கென்றே 'புனர்வாழ்வு' நிலையங்கள் இருக்கின்றன. தோற்றுப்போய் வாய்விட்டு அழுத, கண்களில் உலகத்தின் துயரமெல்லாம் தேக்கப்பட்டிருக்க தளர்ந்து வெளியேறும் பலரை அவள் பார்த்திருக்கிறாள். விரல்களைக்

கோர்த்துக்கொண்டு உள்ளே வந்து, பணத்தை இழந்தபின் வாக்குவாதப்பட்டபடி எதிரிகளைப் போல வெளியேறிச் சென்ற இணைகளையும் பார்த்திருக்கிறாள்.

அவள் எத்தனை நாட்கள் அப்படித் திரும்பிப் பாராமல் சூறைக்காற்றென தன்னைத் தானே இழுத்துக்கொண்டு ஓடிப்போயிருக்கிறாள்! நரகத்தினுள் தள்ளப்பட்டவளைப் போல 'கடவுளே... கடவுளே...' என்று மனம் அரற்ற அந்தக் கூடமெங்கும் பரிதபித்து அலைந்திருக்கிறாள்! நள்ளிரவு கடந்து மயங்கி விழும் நிலை வந்த பிற்பாடு சாப்பிடுவதற்காக உணவகத்தினுள் நுழையும் அந்த ஆசியப் பெண்ணை உணவகத்தினருக்குக்கூட நினைவிருக்கலாம்.

முற்றிலும் மூழ்கிப்போவதன் முன்பான சுயவிசாரணை ஆரம்பித்துவிட்டது.

"நான் ஏன் இப்படி இருக்கிறேன்?"

'நான் தனிமையாக இருக்கிறேன்' என்று சொல்லிக்கொண்டாள். மானசீகமாக கண்ணாடியைப் பார்த்துக் காறியுமிழ்ந்தாள்.

"இனிமேல் இல்லை... இனிமேல் இல்லை" என்று பிதற்றியபோது ஏறத்தாழ அவள் தோற்றுவிட்டிருந்தாள். ஒன்றுக்கொன்று தொடர்பில்லாத பொருளற்ற சொற்கள் அவளது மனப்பரப்பில் மிதக்கவாரம்பித்தன. கையில் இருபது டாலர் மீந்திருந்தது. இரவு உணவுக்கு அது போதுமானது. விடுதியில் முற்பணமாக அவளிடமிருந்து பிடித்தம் செய்த நூறு டாலர்கள் இருந்தன. அறையைக் காலி செய்யும்போதுதான் அதைக் கொடுப்பார்கள். பயணச் செலவுக்கு அது தாராளமாகப் போதும். பயமா, பசியா என்று பிரித்தறிய முடியாத உணர்வில் வயிறு இம்சித்தது.

என்ன செய்வதென்று தெரியாமல் சில நிமிடங்கள் அமர்ந்திருந்தாள். விசும்பி விசும்பி அழத்தோன்றியது. அம்மாதம் தொலைபேசி, தொலைக்காட்சிக் கட்டணங்களுக்கென்று கணக்கில் விட்டுவைக்கப்பட்டிருந்த எண்பது டாலர்களில் கடைசித்தடவையாக அதிர்ஷ்டத்தைச் சோதித்துப் பார்த்தாலென்ன என்ற எண்ணம் தோன்றியதும், வங்கியின் தானியங்கி இயந்திரத்தை நோக்கிப் போனாள். அந்தப் பணம் தன்னை இந்தப் பாதாளத்திலிருந்து கைதூக்கிவிடும் என்று அவள் உறுதியாக நம்பினாள்.

எல்லாம் ஒரு நொடியில் மாறிவிடும்! ஆம்!

ஒவ்வொரு இருபது டாலராக இயந்திரத்தின் வாயினுள் செலுத்திக்கொண்டிருந்தபோது, கௌரவத்தைப் பார்க்காமல், தான் கொஞ்சம்போல நம்பிக் கொண்டிருக்கிற கடவுளிடம் தன்னை எப்படியாவது இந்த நரகத்திலிருந்து விடுவித்துவிடும்படி யாசித்தாள். சூதாட்ட விடுதியின் இரைச்சலில் அவளது குரல் கடவுளுக்குக் கேட்கவேயில்லை.

அந்த எண்பது டாலர்களும் தீர்ந்துபோயின. கடனட்டையை தானியங்கி இயந்திரத்தினுள் செலுத்தி இருபது டாலராவது கொடுக்கும்படி மன்றாடினாள். அது கையை விரித்துவிட்டது. யாரிடமாவது கடன் கேட்கலாமென்றாலும் அந்த நள்ளிரவில் என்ன சொல்லிக் கேட்பது...? நள்ளிரவு ஒன்றரை மணி. உணவு விடுதி மூடப்பட்டுவிட்டிருந்தது. பசி தனது இருப்பை பிடிவாதமாக ஞாபகமூட்டிக்கொண்டேயிருந்தது.

"எண்டைக்காவது நீ எனக்குத் துரோகம் செய்ய நினைச்சிருக்கிறியா...?" என்று சுதன் ஒருநாள் விளையாட்டாகக் கேட்டான்.

"அதைத் துரோகம் எண்டு சொல்லலாமா எண்டு எனக்குத் தெரியேல்லை. ஆனா... காசினோவில நான் தோற்றுப்போய் என்ன செய்யிறதெண்டு தெரியாம யோசிச்சுக்கொண்டிருக்கேக்கை எவனாவது வந்து ஐந்நூறு டொலர் தாறன் வா எண்டு கூப்பிட்டிருந்தால் போயிருப்பன்" என்றாள்.

அவள் அப்படி ஏடாகூடமாகப் பேசும் பழக்கமுடையவள் என்பதால், சுதன் அந்தப் பதிலை அன்று பொருட்படுத்தவில்லை.

துயரத்தில் கரிந்துபோன முகத்தோடு சில நிமிடங்கள் அங்கேயே அமர்ந்திருந்தாள். அன்று சுதனுக்கு அளித்த பதிலை நோக்கித் தான் நகர்ந்துகொண்டிருப்பதை திடீரென உணர்ந்து திடுக்கிட்டாள். தற்கொலை எண்ணம் மனதின் அடியாழத்திலிருந்து மேற்பரப்பை நோக்கி வருவதை பயத்தோடு அவதானித்தாள். தலையை அசைத்தபடி எழுந்து கழிப்பறையை நோக்கிப் போனாள்.

கண்ணாடியில் முகத்தைப் பார்த்தபோது கண்கள் உள்ளொடுங்கிப் போயிருந்ததைக் கண்டாள். சுயவெறுப்பின் உச்சம் பிடரியைப் பிடித்துத்தள்ள சூதாட்ட விடுதியின் கனத்த கதவுகளைத் திறந்துகொண்டு வெளியேறினாள். வழியில்

சான்ட்விச்சும் தண்ணீர்ப் போத்தலும் வாங்கிக்கொண்டாள். விடிய விடியத் திறந்திருக்கும் அந்தக் கடையில் அதற்காக பதினெட்டு டாலர்களை அறவிட்டார்கள். மீதமிருக்கும் சில்லறை, காலை உணவுக்குப் போதுமானது என்று மனம் கணக்கிட்டது.

விடுதியறைக்குத் திரும்பி கட்டிலில் தன்னை எறிந்தபோது இனிமேல் ஒருபோதுமில்லை என்று மனம் அரற்றிக்கொண்டிருந்தது. கன்னங்களில் வலிக்கும்படியாக அறைந்தாள். தொலைபேசியை எடுத்துப் பார்த்தாள். அம்மா மீண்டும் அழைத்திருந்தார். சுதன் ஆறு தடவைகள் அழைத்திருந்தான். அவனை அழைத்து இந்தக் கீழ்மையான உலகிலிருந்து என்னை அழைத்துக்கொண்டு போ என்று கதறவேண்டும் போலிருந்தது.

அவனது இலக்கம் மீண்டும் தொலைபேசியில் மினுங்கவும் எடுத்து காதில் பொருத்தினாள்.

"எவ்வளவு தோற்றனீ?" என்றான் அவன்.

அவள் மௌனமாக இருந்தாள்.

"நீ திருந்த மாட்டியா...?"

மீண்டும் கேட்டான்.

"எவ்வளவு?"

"ஐந்நூற்று நாற்பது"

"எழுபதாயிரம் ரூபாய்"அவன் கடுமையான குரலில் சொன்னான்.

அவள் மௌனமாக அழுதுகொண்டிருந்தாள். விக்கலில் உடல் தூக்கித் தூக்கிப் போட்டது. அவனுக்குத் தாங்கவில்லை.

"இதுதான் கடைசி. இனி வரமாட்டன்..."

"மெசினுக்குள்ள எவ்வளவு விட்டனி எண்டு உண்மையைச் சொல்லு. நான் தாறன்... ஆனா உடனை வெளிக்கிட்டு வந்திட வேணும்..."

அவள் கட்டிலில் எழுந்து அமர்ந்தாள். மகிழ்ச்சி ஒரு மின்னலைப் போல வெட்டி விரைந்தது. அக்கணமே மண்டியிட்டு கடவுளுக்கு நன்றி சொல்ல விரும்பினாள். சுதன் அவள் மனதில்

அதிமனிதனாக வளர்ந்துகொண்டே போனான்.

"இந்நேரம் பஸ் இருக்காது"

"சரி... காலமை முதல் பஸ்ஸிலை வெளிக்கிட வேணும்.."

"ம்... இனி இஞ்சை வரமாட்டன். அப்பிடி வந்தா என்னை விட்டிடுங்கோ"

"சரி..." அவன் அந்தப் பக்கத்தில் மெலிதாகச் சிரித்தது கேட்டது.

நன்றாக உறங்கிவிட்டிருந்தாள். காலையில் கண் விழித்ததும் முதல் நாளின் ஞாபகங்கள் நெருஞ்சியாய் நெருடின. தன்னிரக்கம் மிகுந்து கண்கள் பனித்தன. சுதனை நினைக்குந்தோறும் நெஞ்சம் காதலில் விம்மியது. அறையைக் காலி செய்தாள். முன்பணமாகப் பிடித்தம் செய்யப்பட்டிருந்த நூறு டாலர்களை வாங்கியபின், ரொறன்ரோவுக்கான பேருந்து அட்டவணையைக் கேட்டுத் தெரிந்துகொண்டாள்.

விடுதியை விட்டு வெளியே வந்ததும் அந்த நூறு டாலர்களையும் வெளியில் எடுத்தாள். அதில் பேருந்துக் கட்டணத்திற்கென இருபத்தைந்து டாலர்களை எண்ணித் தனியாக வைத்தாள். பிறகு, காசினோவை நோக்கி வெகுவேகமாக நடக்கத் தொடங்கினாள்.

●

மனக்கோலம்

விலங்கொன்று ஊளையிடுவது போலவேயிருந்தது அந்த ஓசை. கனவு காண்கிறோம் என்று உள்ளுணர்வுக்குத் தெரிந்து கண்டுகொண்டிருக்கும் கனவொன்றிலிருந்து அவ்வோசை மிதந்துவருவதாக முதலில் சாந்தன் எண்ணினான். மது, அவனை மெதுவாகத் தொட்டு "என்னாலை நித்திரை கொள்ள முடியேல்லை" என்றதுந்தான், அந்த ஓசை அக்காவின் அறையிலிருந்து வருகிறது என்பதை உணர்ந்தான்.

மது எழுந்து அமர்ந்து, "என்னாலை முடியேல்லை" என்று முனகியபடி மேடிட்டிருந்த வயிற்றைத் தடவிக்கொண்டிருந்தாள். வயிற்றினுள்ளிருந்து பதட்டப்படும் குழந்தையை ஆசுவாசப்படுத்துமாப் போலிருந்தது அந்தத் தடவல். உயிரின் மூலத்தைத் தேடி உருக்கும் விசித்திரமான ஓசையை சற்றைக்கு நிறுத்திய ராசாத்தி இப்போது அனுங்கத் தொடங்கியிருந்தாள். தாங்கொணாத வேதனையை வேறுவழியின்றி தாங்கிக்கொண்டிருப்பதிலிருந்து பிறந்த அனத்தலாயிருந்தது அது. நிறைந்து சரிந்த வயிற்றைத் தூக்கிக்கொண்டு எழுந்திருக்க முயன்ற மதுவைக் கையமர்த்திவிட்டு எழுந்து வெளியில் போனான் சாந்தன். நிலாவெளிச்சம், அடைப்பற்ற யன்னல் வழியாகவும் இன்னமும் செப்பனிடப்படாத ஓடுகள் வழியாகவும் விறாந்தையில் இறங்கியிருந்தது. ஐப்பசி மாதத்துக் குளிரில் தரை சில்லிட்டிருந்தது. ராசாத்தியின் அறைக்கதவருகில் போய் நின்று கூப்பிட்டான்.

"அக்கா...!"

"ம்....."

"நித்திரை வரேல்லையா?"

"க்றும்... ரும்"என்று புரிபடாத ஓசையொன்று பதிலாக வந்தது.

மதுவும் எழுந்து வந்துவிட்டிருந்தாள். அவளது வயிற்றைப் பார்க்கும்போதெல்லாம் அபிக்குட்டி ஞாபகத்தில் வந்தாள். முள்ளிவாய்க்காலை நோக்கி நெருக்கித் தள்ளப்பட்டுக்கொண்டிருந்த இறுதிநாட்களில், சாப்பாட்டுக்கு நின்ற சனங்களின் வரிசையில் ஷெல் விழுந்ததில் அபி செத்துப்போனாள். அப்போது அபிக்கு இரண்டரை வயது. மதுவின் இடது தோள்பட்டையிலிருந்து முழங்கை வரை நீளமான சப்பாத்து வடிவில் சதை பிய்ந்த அடையாளம் இருக்கிறது. வெளியில் போகும்போது கையை மறைப்பதற்காக சேலையை இழுத்து இழுத்து விட்டுக்கொள்வாள். இந்த நான்கு ஆண்டுகளில் அவள் அபியை நினைத்து அழாத நாளே இல்லை. இப்போது நிறைமாதப் பிள்ளைத்தாய்ச்சி. இரத்த அழுத்தம் வேறு அதிகமாக இருந்தது. இந்நிலையில், இரவு தூக்கமில்லாதிருப்பது மதுவின் உடல் நலத்திற்குக் கேடானது என்பதை அவன் அறிந்திருந்தான். ஆனால், அக்கா எழுப்பும் அமானுஷ்ய ஓசைகளால் உறங்கமுடிவதில்லை.

"அக்கா...!"

"ம்..."

"நித்திரையைக் கொள்ளுங்கோ..."

"நித்திரைகொள்ள விடமாட்டாங்களாம்"

அவனுக்கு கதவை உடைத்துக்கொண்டு வெளியே ஓடி வானத்தை நோக்கிக் கதறியழவேண்டும் போலிருந்தது. மூச்சு விடச் சிரமப்பட்டான். மதுவின் கைகள் அவனது தோளைத் தடவின.

அக்கா திடீரென இரவைக் கிழித்துக்கொண்டு வீறிட்டுக் கத்தினாள்.

"அவளை விடுங்கோ..... பச்சைப் பாலன்..... அவளை விடுங்கோ..."

முன்புறத்தில் இறக்கப்பட்டிருந்த பத்திக்குள் படுத்திருந்த சிவலை திடுக்கிட்டு எழுந்து குரைக்கத் தொடங்கியது. யன்னலருகில் மூக்கை வைத்து மூசித் தானும் விழித்திருப்பதாக அறிவித்தது. பின்

ஒன்றும் நடவாததுபோல் மறுபடியும் உறக்கத்திலாழ்ந்துவிட்டது. ராசாத்தியின் அனுக்கத்திற்கும் அலறலுக்கும் அக்கம்பக்கத்தைப் போலவே சிவலையும் பழகிவிட்டிருந்தது. முன்னர் அவர்கள் வளர்த்த நாயின் பெயர் வீரன். இடம்பெயர்ந்து இடம்பெயர்ந்து போன வழியில் வீரன் எங்கோ தொலைந்துவிட்டிருந்தது. வீரனின் கழுத்தை கட்டிப்பிடித்துக்கொண்டு சிரித்தபடியிருக்கும் அபியின் புகைப்படம் மட்டும் அழிவுக்குத் தப்பி எஞ்சிவிட்டிருக்கிறது.

மது குசினிக்குள் போய் விளக்கைக் கொளுத்திக்கொண்டு வந்தாள். வலிப்பு வந்தாற்போல ராசாத்தியின் உடல் தூக்கித் தூக்கிப் போட்டுக்கொண்டிருந்தது. கண்களும் உதடுகளும் துடித்துக்கொண்டிருந்தன. வாயிலிருந்து வீணீர் ஒழுகிக்கொண்டிருந்தது. கைகளை மார்புக்குக் குறுக்காக மறைப்புப்போல கட்டி, கால்களை இறுக்கி ஒடுக்கி தன்னைச் சுருட்டிக்கொண்டு படுத்திருந்தாள். மது அருகில் அமர்ந்து முதுகைத் தடவிக் கொடுத்தாள். விசும்பல் மெதுமெதுவாக அடங்கி ராசாத்தி உறங்கும்வரை தடவிக்கொண்டிருந்தாள். சாந்தனுக்கு மதுவைப் பார்க்கப் பாவமாகவும் நெகிழ்ச்சியாகவும் இருந்தது. மதுவுக்கு வேறுவிதமாக இருக்கத் தெரியாது. அவளுக்குப் பின்னால் அலைந்து திரிந்து, அவளது அண்ணனிடம் அடிவாங்கி காதலித்துக் கலியாணம் கட்டியது அந்தக் குணத்திற்காகவுந்தான்.

"இப்பிடியே வீட்டிலை வைச்சுக்கொண்டிருந்து உபத்திரவந்தான். ஆஸ்பத்திரியிலை கொண்டுபோய்க் காட்டுங்கோ... உங்கடை அக்காவுக்கு மூளை பிசகிப் போச்சுதெண்டதை ஏன் மறைக்கிறீங்கள்?" என்று ஊரில் பலபேர் சாந்தனைக் கேட்டுவிட்டார்கள்.

தன் அக்காவுக்குப் பைத்தியம் என்பதை அவனால் ஒப்புக்கொள்ள முடியவில்லை.

'தகப்பனைத்தின்னி' என்று பெயர் கேட்ட அவனது பத்தாவது வயதில் தாயையும் இந்திய இராணுவத்தின் ஷெல்லடிக்குப் பலி கொடுத்தான். அவனைவிட ஏழு வயது மூத்த ராசாத்தி இரண்டாந் தாயாகி அவனை வளர்த்தாள். மாமா வீட்டில் இடிசோறு கிடைத்தது; சீதனம் கிடைக்கவில்லை. ஊரில், ஒரு முதிர்கன்னிக்குக் கிடைக்கும் அத்தனை 'மரியாதை'களும் ராசாத்திக்கும் கிடைத்தன. ராசாத்திக்கு முப்பது வயதுக்குப் பிறகு, வயது நகர மறந்து நின்றுவிட்டாற்போலொரு தோற்றம். அதெல்லாம் பழைய கதை.

திரும்பிவந்த புதிதில் தன்பாட்டில் சுருண்டு சுருண்டு

படுத்திருப்பாள், சாப்பிடுவதையும் உறங்குவதையும்விட மற்றெல்லாவற்றையும் மறந்துவிட்டவளைப் போலிருந்தாள். ஏதாவது கேட்டால் தலையைக் குனிந்தபடி மௌனம் சாதித்தாள். அவள் யாரையும் பார்ப்பதில்லை என்பதை, குறிப்பாக கண்களைத் தவிர்த்தாள் என்பதை சாந்தன் பலநாட்கள் கடந்தபின்பு கண்டுபிடித்தான். அவள் அநிச்சையாகச் செய்த செயல் ஒன்றே ஒன்றுதான்: அந்த அறையின் யன்னலை எத்தனை தடவைகள் திறந்துவிட்டாலும் அவசர அவசரமாக எழுந்து அதை இறுகச் சாத்தினாள். வெளிச்சத்தைக் கண்டு நடுங்கினாள். ஆரம்பத்தில் மதுவோ, சாந்தனோ அவள் இருந்த அறையின் கதவைத் திறந்துகொண்டு உள்நுழைந்தால் அடிபட்ட மிருகம்போல கூச்சலிட்டாள். ஆகவே, அந்த அறையின் வாசலில் சாப்பாட்டை வைத்துவிட்டு குரல்கொடுக்கப் பழகினார்கள். விடிகாலையில் ஊர் விழித்தெழுவதற்குமுன் எழுந்து இயற்கைக் கடன்களையும் குளியலையும் முடித்துவிட்டு வந்து மீண்டும் அறைக்குள் புகுந்துகொண்டுவிடுவாள். இயல்புக்குத் திரும்பி, கேட்ட கேள்விக்குப் பதிலளிக்கவே மூன்று மாதங்களுக்கு மேலாகின. அதுவும் ஒன்றிரண்டு வார்த்தைகள்தாம்.

சாந்தனும் மதுவும் செட்டிகுளம் முகாமிலிருந்து திரும்பிவந்தபோது பொட்டல்வெளியாகிப்போன வளவே அவர்களை எதிர்கொண்டது. தென்னைமரங்களை யானைகள் சூறையாடியிருந்தன. கிணற்றடியினருகிலிருந்த பாக்கு மரங்களும் பட்டுப்போயிருந்தன. பூச்செடிகள் இருந்தமைக்கான அடையாளமே இல்லை. அபிக்குட்டியின் ஞாபகத்தில் தின்னாமல் குடியாமல் கிடந்தாள் மது. சாந்தன்தான் சமையலிலிருந்து எல்லாம் செய்யவேண்டியிருந்தது.

விசாரணை நிலையத்திலிருந்து ராசாத்தியை யாரோ கொண்டுவந்து விட்டுவிட்டுப் போனார்கள். அவள் நேராக, கீறிவைத்த கோட்டில் தடம்பிசகாமல் நடப்பதுபோல நடந்துவந்தாள். கண்கள் பிணத்தினுடையவை போல நிலைகுத்தி நின்றன. உடலில் சதை என்று சொல்வதற்கு ஏதுமில்லாதபடிக்கு இளைத்துப்போயிருந்தாள். அப்படியே போய்ப் படுத்து உறங்கிவிட்டாள். உறக்கம் என்றால் உறக்கமில்லை! திடீரென்று அமானுஷ்யமாக ஊளையிடுவாள். இருந்தாற்போல எழுந்து வெளியில் ஓடுவாள். பெரும்பாலும் இராணுவ முகாமை நோக்கியே அவள் ஓடுவாள். எலும்பினால் செய்யப்பட்டதுபோலிருந்த அந்த உடலுள் எவ்வளவு சக்தி அடைபட்டிருந்தது என்பதை, அவளை இழுக்கமுடியாமல் இழுத்துக்கொண்டுவந்து வீடு சேர்க்கும்

நாட்களில் சாந்தனால் உணரமுடிந்தது.

பகலில் வேகம் தணிந்து வேறு மனுசியாயிருப்பாள். எவரும் சொல்லாமலே தென்னங்கன்றுகளுக்கு தண்ணீர் இழுத்து இறைத்தாள். வளவைக் கூட்டி அள்ளினாள். நாய்க்குட்டிக்குச் சாப்பாடு வைத்தாள். அதைத் தூக்கி மடியில் வைத்துக்கொண்டு அதன் கண்களை உற்றுப் பார்ப்பாள். அது அவளது முகத்தை நக்கிக் கொடுக்கும். பறவைகளோடும் விலங்குகளோடும் செடிகொடிகளோடும் நெருக்கம் காட்டினாள். மனிதர்களது அடையாளங்களும் பெயர்களும் அவளது மனதிலிருந்து அழிக்கப்பட்டிருப்பதாகத் தோன்றியது.

மதுவும் சாந்தனும் தங்களது அறைக்குள் போய்ப் படுத்துக்கொண்ட சில நிமிடங்களில் ராசாத்திக்கு விழிப்பு வந்துவிட்டது. கண்களை இறுக்கி மூடிக்கொண்டாள்.

மூடிய விழிகளுக்குள் குறிகளாகத் தெரிந்தன. சமையலறையில் மரக்கறி வெட்டப் பயன்படுத்தும் கத்தியளவு நீண்ட, மெல்லிய, சதைப்பற்றான, தசையைத் துளைத்திறங்கும் கூரிய எலும்பு போன்ற குறிகள். இராணுவச் சீருடையினுள்ளிருந்து நீளும் குறிகள். சிலசமயங்களில் சிவில் உடையிலும் அவர்கள் வருவதுண்டு. விகாரமான இளிப்போடு, வாய்க்குள் திணிக்கப்படும் குறிகள். வியர்வை நாற்றமும் மூத்திரவாடையும் வீசும் குறிகள். தலையை ஆட்டி ஆட்டி அந்தக் குறிகளை நினைவிலிருந்து விலக்க முயன்றாள்.

"ராசாத்தி அக்கா! நான் செத்துப் போயிட்டனெண்டு அம்மாட்டைச் சொல்லுங்கோ."

ராசாத்தி திடுக்கிட்டு விழித்து சுற்றுமுற்றும் பார்த்தாள். அறையின் மூலையில் துளசி நிற்பதை அவள் பார்த்தாள். துளசி பள்ளிக்கூடச் சீருடை அணிந்திருந்தாள். வெள்ளைநிறச் சீருடையில் அடர்ந்த செந்நிறக் குருதி திட்டுத்திட்டாகப் படிந்திருந்தது. நீளமான அவளது கண்களில் கண்ணீரும் கலவரமும் நிறைந்திருந்தன. அவள் நின்றிருந்த இடத்தில் காலருகில் குருதி கருநிறத்தில் தேங்கிநின்றது.

"என்னாலை நடக்கமுடியாமல் இருக்கு அக்கா!" அவள் அழுதாள்.

ராசாத்தி எழுந்து துளசியருகில் போனாள். துளசியின் தோள்பட்டையில் வைத்த கைகள் இருளுள் விழுந்தன. அவளைக்

காணவில்லை. இப்போது அந்த அலைச்சத்தம் கேட்கத் தொடங்கியது. வர வர நெருங்கி வந்தது. கடலை அவள் கைவிரித்து வரவேற்றாள். அதனுள் புகுந்து தானுமொரு அலையாக மாறிவிட விரும்பினாள். அவள் நெருங்க நெருங்க கடலோ பின்வாங்கிச் சென்றது. இராட்சத அலையொன்றின் நுனியில் நின்ற துளசி 'அக்கா! நான் போறன்' என்றாள். அலையோசை அடங்கி றபான் ஒலிக்கத் தொடங்கியது.

ராசாத்தி செவிகளைப் பொத்திக்கொண்டாள். அவளது விரல்களையும் மீறி உள்நுழைந்தது பாட்டு. மதுவின் வாசனை வீசும் பாடல் நள்ளிரவு தாண்டியும் ஒலிக்கும். பிறகு, பெண்கள் அடைக்கப்பட்டிருக்கும் அறைகளை நோக்கித் தள்ளாடியபடி வரும்.

வினோதினி தனது மார்புச் சட்டையை விலக்கிக் காட்டினாள். பல் ஆழப்புதைந்த தடயம். புத்தரின் பல்! புத்தர் கடிக்கமாட்டார் என்றுதான் ராசாத்தி அதுகாறும் நினைத்திருந்தாள்.

ஊர் உறங்கிக்கொண்டிருந்தது. நட்சத்திரங்கள் விழித்திருந்தன.

ராசாத்தி எழுந்து வெளியில் வந்தாள். ஓசையெழுப்பாமல் கதவைத் திறந்துகொண்டு வெளியேறினாள். சிவலை ஒற்றைச் செவியை உயர்த்தி அவளைப் பார்த்தது. முன்னங்கால்களை நீட்டி நெட்டுயிர்த்துவிட்டு தலையை உடம்புக்குள் புதைத்துக்கொண்டு உறங்கிப்போனது.

முன்னரெல்லாம் கழிப்பறையில் அமரமுடியாது. கால்களை அகட்டி அமர்ந்தபோதெல்லாம் வலி உயிர்பிடுங்கியது. மலத்திலும் சிறுநீரிலும் இரத்தம் கலந்திருந்தது. அவளது அறைக்கதவின் இடுக்கினூடாக நாட்பட்ட குருதியின் நாற்றம் கிளம்பி முகத்திலறைந்தது. மதுதான் வைத்தியரிடம் அழைத்துப் போனாள். வைத்தியரது அறை வாசலில் காத்திருந்தபோது அங்கிருந்த பெண்களிலொருத்தி ராசாத்தியை உற்று உற்றுப் பார்த்துக்கொண்டிருந்தாள்.

"இவவுக்கு என்ன வருத்தம்?"

"காய்ச்சல்" என்றாள் மது.

அந்தப் பெண் 'எனக்கு எல்லாம் தெரியும்' எனச் சொல்லுமொரு

சிரிப்பைச் சிரித்தாள். அவள் ராசாத்தியைப் பார்த்த பார்வையில் அருவருப்பு தெரிந்தது.

ராசாத்தி கால்களை அகட்டிப் படுத்திருந்தபோது, வைத்தியர் அனிச்சையாகத் தன் மூக்கைத் தேய்த்தார். ஆனாலும் அவர் கருணையோடுதான் நடந்துகொண்டார். ஊரிலுள்ளவர்களைப்போல அவர் ஒதுங்கிப் போகவில்லை. அந்தப் பெண்போல அருவருப்பின் விஷமேறிய கண்களால் சிரிக்கவில்லை.

ராசாத்தி வானத்தை உறுத்துப் பார்த்தாள். நிலவுக்குப் பெரிய வயிறு. மதுவைப்போல அதுவும் நிறைசூலி. வயிற்றைக் கிழித்து க்கொண்டு சின்னஞ்சிறிய கையொன்று நீண்டது. அது அபிக்குட்டியின் கைகளைப் போல வெண்ணிறமான, குண்டுக்கை. இப்போது நிலவு செந்நிறமாகிவிட்டது. வெளிச்சம்போல இரத்தம் ஒழுகியது. இவள் தலையை ஆட்டினாள். பிறகு கடப்பைத் திறந்துகொண்டு வெளியில் ஓடினாள். அவள் ஓடிய திசையில் இராணுவ முகாம் இருந்தது.

......

“மானம் போகுது”

சைக்கிளைப் பிடித்தபடி நின்ற மாமா உறுமினார். தேகம் கோபத்தில் நடுங்கியது.

“எதெண்டாலும் உள்ளுக்கை வந்திருந்து கதையுங்கோ மாமா” சாந்தன் அழைத்தான்.

அவரது கைகள் சைக்கிளின் மட்காட்டை இறுக்கிப்பிடித்திருந்தன. பெரிய பெரிய கறுத்த விரல்களில் உரோமம் அடர்ந்திருந்தது.

“நீ இவளைப் பைத்தியக்கார ஆஸ்பத்திரியிலை கொண்டுபோய் விடு. இல்லையெண்டா நஞ்சைக் கிஞ்சைக் குடுத்து சாக்காட்டு. இப்பிடி வேசைப் பட்டம் கேக்கிறதிலும் சாகட்டும்.”

சாந்தன் அவரை முறைத்துப் பார்த்தான்.

“அவவுக்கு தான் எங்கை போறனெண்ட சுயநினைவு இல்லை”

“சுயநினைவு இல்லாதவள் அதெப்பிடியடா நேரா ஆமிக் காம்ப்புக்குள்ள போறாள்? ருசி கண்ட உடம்பு” மாமா காறித் துப்பினார்.

சாந்தன் மாமாவை சைக்கிளோடு தூக்கி வீதியில் எறிந்துவிடலாமா என்று நினைத்தான். அவரது சோற்றைத் தின்று வளர்ந்த நன்றி அவனது உடலில் மீதமிருந்தது. பிறகு பல்லைக் கடித்துக்கொண்டு சொன்னான்.

"நீங்க போங்கோ. அவ இனி எங்கையும் போகமாட்டா. அதுக்கு நான் பொறுப்பு"

"நல்லவேளையா பற்குணம் தற்செயலாக்கண்டுபிடிச்சுக்கொண்டு வந்தான். இல்லையெண்டா நாறியிருப்பியள்"

மாமா கோபத்தோடு சைக்கிளை ஏறத்தாழ தூக்கித் திருப்பினார். யாரையோ உழக்குவதுபோல உழக்கிக்கொண்டு வெகுவேகமாகப் போனார்.

மாமா கத்திவிட்டுப்போவதைப் பார்த்தபடி ராசாத்தி மாலுக்குள் அமர்ந்திருந்தாள்.

"அக்கா! ஏனிப்பிடிச் செய்யிறீங்கள்?"

அவள் சாந்தனை வெறுங்கண்களால் பார்த்தாள். பிறகு தலையைக் குனிந்துகொண்டாள்.

"ஊருக்கை எல்லாரும் என்னைத்தான் பேசுகினம் அக்கா"

நிமிர்ந்து பார்த்த விழிகளில் கண்ணீர் நிறைந்திருந்தது.

"எனக்கு.... தெரியாது தம்பி" குமுறிக்கொண்டு வந்து விழுந்தது பதில். கண்ணீர் தன்பாட்டில் வழிந்தது. அதைத் துடைப்பதற்கு அவள் முயற்சி எடுக்கவில்லை.

"இரவானதும்... இரவானதும்..."அவளால் முடிக்கமுடியவில்லை.

மது சாந்தனைப் பார்த்தாள். அவனது கண்கள் மகிழ்ச்சியில் மின்னிக்கொண்டிருந்தன. 'தம்பி' என்ற வார்த்தை இத்தனை நாட்களுக்குப் பிறகு ராசாத்தியின் வாயிலிருந்து வந்ததைக் கேட்ட மகிழ்ச்சி அது.

"எனக்குத் தெரியாது. எனக்குத் தெரிஞ்சதெல்லாம்...."

ராசாத்தியின் கண்கள் வானத்திற்குப் போய்விட்டன. இறந்தகாலம் வானத்தில் இருந்தது. அங்கு துளசி இருந்தாள். வாணியும் தமிழ்ச்செல்வியும் இருந்தார்கள். விசாரணை என்ற

பெயரில் அகதி முகாமிலிருந்து அவர்கள் இழுத்துக்கொண்டு செல்லப்பட்டார்கள். அடைத்துவைக்கப்பட்ட இடத்தில் ஒவ்வொரு இரவும் 'விசாரணை' நடந்தது. நள்ளிரவு கடந்தபிறகு உடலில் உயிர் மட்டும் மிச்சமிருக்க திரும்பக் கொண்டுவந்து போட்டார்கள்.

"என்ரை கழுத்தை ஆராவது நெரிச்சுக் கொல்லமாட்டீங்களா? என்னாலை முடியேல்லை... என்னாலை முடியேல்லை..."வாணி இரவிரவாக அழுதாள். அவளது சின்ன உடலில் காய்ச்சல் பொழிந்துகொண்டிருந்தது.

ராசாத்தி சீற்றத்தோடு தரையை உதைத்தாள். சிவலை பயத்தோடு எழுந்து போய் வேறிடத்தில் படுத்துக்கொண்டது.

"அவங்களைக் கொல்லவேணும்"

மது பாய்ந்தோடி வந்து ராசாத்தியின் வாயைப் பொத்தினாள். அவளது உடல் பயத்தில் நடுங்கியது. சுற்றுமுற்றும் பார்த்தாள். காற்றுக்கும்கூட கண்களும் செவிகளும் இருந்தன. அவர்கள் எந்நேரமும் அவ்வழியாக வரக்கூடும். துப்பாக்கி முதுகுறுத்த கூட்டிச் செல்லப்படும் சாந்தனை மது மனக்கண்ணில் கண்டாள். சாந்தன் ராசாத்தியின் அருகில் வந்து அமர்ந்தான்.

"அக்கா! அபிக்குட்டியும் செத்துப்போச்சுது. நாங்கள்தான் மிச்சமிருக்கிறம்" மன்றாட்டத்தில் முடிந்த குரல் உடைந்துபோய் அழ ஆரம்பித்தான்.

"மதுவுக்குப் பிள்ளை பிறக்கப்போகுது. இந்நேரம் நீங்கள் இப்பிடி நடந்துகொண்டால் எங்களையெல்லாம் வந்து பிடிச்சுக்கொண்டு போயிடுவாங்கள்" குழந்தைக்குச் சொல்வதுபோல தொடர்ந்தான்.

ராசாத்தி தலையை ஆட்டினாள். ஓசையெழும்படியாக பற்களைக் கடித்தாள். அவளது தேகத்திற்குள் நான்கு குதிரைகள் புகுந்துகொண்டாற்போலிருந்தாள்.

"அக்கா!"

"ஹ்ம்..."

"இனிப் பட எங்களாலை ஏலாது அக்கா!"

ராசாத்தியின் இமைகள் அவசரகதியில் மூடித் திறந்தன. மூடிய கண்களுக்குள் தோன்றிய முகங்களை கைகளைக் கொண்டு

விலக்கப் பார்த்தாள். அப்படி அவள் செய்யும்போது காற்றைக் கைகளால் அறைவதுபோலிருந்தது. றபான் சத்தம் வேறு காதைக் கிழித்தது. உரு வந்தாற்போல தலையை ஆட்டினாள். பிறகு மயங்கிச் சரிந்தாள். மது தண்ணீர் எடுத்து வருவதற்காக உள்ளே போனாள்.

அன்றிரவு மதுவும் சாந்தனும் நீண்ட நாட்களுக்குப்பின் ராசாத்தியின் அமானுஷ்ய ஓசைகளின்றி ஆழ்ந்து உறங்கினார்கள். ராசாத்தி காணாமற்போனதை அவர்கள் கண்டுபிடித்தபோது வெயில் விறாந்தையில் ஏறியிருந்தது.

மலைகள் இடம்பெயர்ந்து செல்வதில்லை!

முப்பத்துமூன்று ஆண்டுகளுக்குப்பிறகு மைதிலியை வவுனியாவில் கண்டேன். சந்தையில் மரவள்ளிக் கிழங்குகளைப் புரட்டிப் பார்த்துக்கொண்டிருந்தாள். காலம் அவளை உருக்குலைத்திருந்தது. என்றாலும், மேடிட்ட நெற்றியில் வெளேரெனத் தெரியும் பிறை வடிவிலான தழும்பையும், கண்களையும் அதனால் ஒன்றுஞ் செய்யமுடியவில்லை. தற்செயலாக நிமிர்ந்தவள் என்னைப் பார்த்தாள். பிறகு, மீண்டும் மரவள்ளிக் கிழங்குகளை ஆராயத் தொடங்கினாள்.

என்ன காரணத்தாலோ அவள் என்னைத் தவிர்க்கிறாள்!

கழுத்தில் கறுப்புக் கயிறொன்று அழுக்கேறிக் கிடந்தது. கறுப்பும் நரையும் கலந்தோடிய மயிர்க்கற்றை பின்னலென்ற பெயரில் முதுகில் அசைந்தது.

"மைதிலிதானே நீங்கள்?"

அவளாக இல்லாதபட்சத்தில் அந்த பன்மை விளி என்னைக் காப்பாற்றும். அழைப்பை எதிர்பார்த்திருந்ததுபோல, எனது பெயரைச் சொல்லியபடியே கைகளைப் பிடித்துக்கொண்டாள். ஒட்டாத பிடிதானென்றாலும், மரவள்ளிக்கிழங்கில் ஒட்டியிருந்த மண்ணில் கொஞ்சம் என் உள்ளங்கைக்கு மாறியது.

பேருந்தில் பன்குளத்திலிருந்து திருகோணமலைக்கு பள்ளிக்கூடம் போன நாட்களில் மைதிலி என் தோழியானாள். அவள் விக்னேஸ்வரா வித்தியாலயத்திலும் நான் சண்முக வித்தியாலயத்திலும்

படித்தோம்.

பள்ளிக்கூடப் பிள்ளைகளும் வேலைக்குப் போகிறவர்களுமாக நிறைந்திருக்கும் அந்தப் பேருந்து, ஏழு மணியிலிருந்து ஏழு ஐந்திற்குள் மைதிலியின் தரிப்பிடத்தைச் சென்று சேரும். ஒற்றையடிப்பாதை... அதனருகில் ஆள் அமரக்கூடியளவு பெரிய கருங்கல்.. அந்தக் கல்லில் அமர்ந்து மைதிலி காத்திருப்பாள். பேருந்தினுள் ஏறியதும் நானிருக்குமிடத்திற்கு வந்துவிடுவாள். பேருந்தோடு கூட கதையும் ஓடும்.

சந்தையின் தாழ்வாரத்தினோரம் ஒதுங்கினோம். சுற்றிலும் இரைச்சல். "மாம்பழேம்..." பழக்கடைக்காரனது குரல் விடாப்பிடியாக ஒலிக்கிறது. 'வழி.. வழி... வழி' வெற்றிலைக் கூடையோடு ஒருவன் இடித்துக்கொண்டு போகிறான். "அக்கா! இஞ்சை வாங்கோ" மரக்கறிகள் மீது தண்ணீரை விசிறியபடி மற்றொருவன் அழைக்கிறான். அவரவர் வேலையும் அவசரமும் அவரவர்க்கு.

"ஏன் என்னைப் பாத்தும் பாக்காததுபோல இருந்தனி?" கேட்டேன்.

"வெளிநாட்டுக்காரி... கதைப்பியோ மாட்டியோ எண்டு யோசிச்சன்" நக்கலும் காரணமற்ற மனத்தாங்கலுமான குரல். முகத்தில் நிரந்தரமாக அப்பிக் கிடந்த வருத்தம்.

"வெளிநாட்டுக்குப் போனா எல்லாம் மறந்துபோயிடுமா?" என்னால் அவளுடைய விலகலைப் புரிந்துகொள்ளமுடியவில்லை.

"இப்ப பன்குளத்திலை இல்லையா?"

"அப்பவே வெளிக்கிட்டாச்சு. அதோட எல்லாம் போச்சு..." அவள் என் கண்களைப் பார்க்காமல் எங்கோ பார்த்தபடி கூறினாள். துக்கத்தின் அலை உருண்டு திரண்டு உள்ளுக்குள் பொங்கி எக்கணமும் அது பேரிரைச்சலுடன் வெளிப்பாய்ந்துவிடும்போல... ஏனிப்படி இருக்கிறாள்?

"மாம்பழேம்... சீசன் முடிஞ்சாக் கிடைக்காது" மாம்பழக்காரனோ விட்டபாடில்லை! போதாக்குறைக்கு, சற்றுத் தள்ளி இரண்டு பேர் தர்க்கப்பட்டுக்கொண்டு நின்றார்கள்.

"இதிலை நிண்டு கதைக்கேலாது... வீட்டை வாவன்"

வீட்டு முகவரியை காகிதமொன்றில் கிறுக்கிக் கொடுத்தேன். அதற்குள் அலைபேசி அழைத்தது.

"பிள்ளைகளுக்கு எதாவது வாங்கிக்குடு" என்று நான் கொடுத்த பணத்தை சற்று தயங்கியபின் வாங்கிக்கொண்டாள். புறப்படும் அவசரகதியில் சிதம்பரம் ஆச்சி இறந்துபோனதைத் தெரிவித்தாள். சுதாகரித்துக்கொண்டு விபரத்தைக் கேட்பதற்குள் என் கையை விட்டுவிட்டு வேகவேகமாக சந்தைக் கட்டடத்திலிருந்து வெளியேறிச் சென்றுவிட்டாள்.

இப்போது உயிரோடு இருந்திருந்தால் ஆச்சி எண்பது வயதைக் கடந்திருப்பார். ஆனால், அப்போது அவருக்கு மிஞ்சி மிஞ்சிப் போனால் ஐம்பது வயதிருக்கும். பன்குளத்திலே அவருக்கு பல ஏக்கர் வயற் காணிகளும் நான்கு வீடுகளுமிருந்தன. நெல்லும் குத்தகைப் பணமும் வாடகையும் வட்டிக்காசும் அவரை 'ஆச்சி'யாக விளிக்கப்பண்ணியிருக்கலாம்.

ஆச்சி நல்ல பருமனும் மாம்பழ நிறமும். தோளிலிருந்து சற்று விலகித் தொங்கும் சதைப்பிடிப்பான கைகளை வீசியபடி அலையிலாடும் படகுபோல அசைந்தசைந்து வருவார். இடுப்பில் ஒரு பூப்போட்ட சாறம், மேலே நீளமான பிளவுஸ், பிளவுஸின் மேல் ஒரு மெல்லிய துண்டு... இதுதான் ஆச்சியின் உடை.

ஆச்சியின் புருசன் நித்திய நோயாளி. "என்னைப் பிடிச்ச சனியனே! எப்பதான் என்னைவிட்டுப் போவாய்?" என இருமலோடு ஓயாத எதிர்வாதம். மாலை சாய்ந்து சரக்கடித்ததும் அந்த வாதம் கண்ணயர்ந்துபோகும்.

ஆச்சிக்கு ஒரேயொரு மகள். ஒரு பேத்தி. பேத்தியின் பெயர் துசாந்தி. விதை வெங்காயச் சிப்பங்கள் தொங்கவிடப்பட்ட, நெல்லு மூட்டைகள் அடுக்கிவைக்கப்பட்ட, இருட்டும் எலிகளும் ஒன்றாக வாழும் அறைக்குள் நானும் துசாந்தியும் ஒளித்துப் பிடித்து விளையாடுவோம். ஆச்சியின் மருமகன் கொழும்பில் கடை வைத்திருந்தார். எப்போதாவது திருகோணமலைக்கு வந்து குடும்பத்தைப் பார்த்துவிட்டுப் போவார். அவர் வருவதும் தெரியாது; போவதும் தெரியாது.

இரவுகளில் ஆச்சி செய்யும் பஞ்சாயத்து எங்கள் வீடுவரை கேட்கும். ஊரில் யாராவதொரு 'ஆம்பிளை' குடித்துவிட்டு வந்து மனைவியை அடித்திருப்பார். இல்லையெனில், சம்பளக்காசை சாராயத்தில் விட்டிருப்பார். "இல்லை ஆச்சி... நம்புங்கோ... இனி

அப்பிடி நடந்துகொள்ள மாட்டன்" என்று, சம்பந்தப்பட்டவரின் குரல் எண்ணெய் குறைந்த கைவிளக்கு காற்றிடம் மன்றாடுவது போல நலிந்து ஒலிக்கும்.

எண்பத்தியோராம் ஆண்டு ஆச்சியின் வீடுகளிலொன்றில் நாங்கள் குடித்தனக்காரர்களானோம். அப்போது இருநூறு ரூபாய் வாடகை கொடுத்ததாய் நினைவு. குறையுமேயன்றி, கூடாது. அதைக் கொடுக்கவும் ஆயிரத்தெட்டு இழுபறி.

வெயில் ஏற ஏற வியர்வையுடன் ஆச்சியின் கோபமும் கூடிவிடும். அதனால், அம்மா 'விடிய வெள்ளணவே' போய்விடுவார். ஆச்சியின் வீடு திருகோணமலை—பன்குளம் பிரதான வீதியிலிருந்தது. நாங்கள் இருந்த வீடோ அதற்கு நேர் பின்னால் ஏழெட்டு நிமிட நடை தூரத்தில். சிறுசெடிகள் அடர்ந்த வளவு, குறுகலான மரப்பாலம், கிணற்றடி இதைக் கடந்தால் ஆச்சி வீடு வந்துவிடும்.

"இந்த மாத வாடகைக் காசை ஒரு கிழமை பிந்தித்தான் தரேலும் ஆச்சி" அம்மா நைந்த குரலில் ஆரம்பிப்பார்.

"ஏன் சம்பளக் காசு முழுவதையும் உன்ரை புருசனார் குடிச்சு முடிச்சிட்டாரோ?" சற்று கோபமாகவே கேட்பார். கோபப்படும்போது, கடைவாய்ப் பற்களும் தெரியும்படி வாயை அகட்டி மூடுவது ஆச்சியின் வழக்கம். அப்படி அவர் செய்யும்போது சிரிப்பதுபோலத் தோன்றும்.

"இல்லை ஆச்சி..." சொல்வதற்கு அம்மாவிடம் நூறு பிலாக்கணங்கள் இருந்தன. அதை ஆற அமர அமர்ந்து கேட்குமளவுக்கு ஆச்சியிடம் இரண்டு பெரிய செவிகளும் அகன்ற மார்பினுள் கனிந்த இதயமும் இருந்தன.

வாடகைக்கு சமாதானம் சொல்லப்போன அம்மா திரும்பிவரும்போது அரிசியோடும் உழுந்தோடும் வந்துசேர்வார்.

"அந்த மனுசியொரு தங்கம்!"

தங்கம் போய்விட்டதாம்!

மைதிலி என்னைத் தேடி வரவேயில்லை. அதைக் குறித்து நான் வியப்படையவில்லை. அவள் வரமாட்டாளென அன்றே எனக்குத் தோன்றியிருந்தது. அவளைச் சந்தித்திருக்காவிட்டால் பன்குளத்திற்குப் போய்ப் பார்க்கவேண்டும் என்ற எண்ணம் எனக்குள் முளைவிட்டிராது.

"அண்டைக்குத்தானே போனனாங்கள்... திரும்பவும் என்னத்துக்கு திருகோணமலைக்கு?" மகன் சினந்தான். வீட்டுக்குள் வளரும் தொட்டிச் செடி! வெயில் பட்டால் முகஞ் சுருங்கிப் போவான். அவனுடைய பயணங்கள் நேர்நோக்கங்கள் கொண்டவை. என்னைப்போல எல்லாவற்றுக்கும் உட்குமைந்து உருகும் ஆளுமில்லை அவன்.

"உனக்கு வர விருப்பமில்லையெண்டா நீ வீட்டிலையே இரு" கணவர் சற்று கடுமையாகவே கூறினார்.

கட்டிலில் படுத்திருந்த அம்மா சத்தங் கேட்டு எழுந்துவந்தார்.

"நாங்கள் திருகோணமலைக்குப் போறம். போற வழியில முந்தி இருந்த வீட்டையும் ஒருக்காப் போய்ப் பாக்க நினைச்சிருக்கிறம்" அம்மாவிடம் சொன்னேன்.

"எந்த வீடு?"

நியாயமான கேள்வி! எனக்கு நினைவு தெரிந்த நாளிலிருந்து குறைந்தபட்சம் இருபது வீடுகளில் வாழ்ந்திருப்போம். அம்மாவின் எழுபத்தெட்டு வயது ஞாபகத்துள் அதனிலும் அதிகமான வீடுகள் இருக்கக்கூடும்.

"பன்குளத்து சிதம்பரம் ஆச்சி வீடு"

இறந்தகாலத்தின் நிழல் படிந்த விழிகளோடு அம்மா தலையசைத்தார்.

வவுனியாவிலிருந்து ஒன்றரை மணி நேரப் பயணம். மகன் வாகனத்தைச் செலுத்த, கணவர் அவனருகில் அமர்ந்திருந்தார். கெப்பிட்டிக்கொலாவ வரையில் ஏதேதோ கதைகள் ஓடின. பிறகு, அவரவர் நினைவுகளுள் விழுந்துவிட்டோம். சில கட்டடங்களின் பெயர்ப்பலகைகளில் ஆங்கிலத்திற்கு இரண்டாமிடம். தமிழுக்கு மூன்றாமிடம். சிலவற்றில் தமிழுக்கு இடமேயில்லை.

"சிங்களம் மட்டும்" என்றேன்.

"என்ன நடந்தாலும் பரவாயில்லை எண்டு நாங்கள் இங்கையே இருந்திருக்கோணும். அல்லாமல் எங்களுக்கு கதைக்கத் தகுதியுண்டா?" கணவர் திரும்பி என்னைப் பார்த்தார். நான் குற்றவுணர்வோடு வெளியே பார்த்தேன்.

நீர்நிலைகளுள் எருமைகளின் உற்சாகத் திளைப்பு. நீரை

வகிர்ந்து மிதக்கும் வாத்துகள். பட்ட மரங்களின் மீதமர்ந்து தக்க தருணத்திற்காகக் காத்திருக்கும் மீன்கொத்திகள்.

எனது ஞாபகம் வாகனத்தை முந்திக்கொண்டோடியது.

எண்பத்தி மூன்றாம் ஆண்டு இனக்கலவரம் நடந்தபோது நான் எனது பதின்வயதின் தொடக்கத்தில் பன்குளத்தில் இருந்தேன்.

"வெளிக்கிடுங்கோ வெளிக்கிடுங்கோ" பொழுது சாய்ந்ததும் அம்மா பரபரக்கத் தொடங்கிவிடுவார்.

"நீங்கள் போறதெண்டால் போங்கோ. நான் வரேல்லை" அப்பா என்ற கலகக்காரர் அடங்குவதேயில்லை.

'உயிர்... உயிர்...' சனம் காடுகளை நோக்கிப் பறந்தோடும். குழந்தை குட்டிகள் பின்னால் இழுபடும்.

ஒளிந்துகொள்ளும் இடத்தைத் தேர்வதென்பது வன்முறை நடக்கும் இடத்தைப் பொறுத்தது. நாட்டின் வேறேதாவது பகுதியில் தமிழர்கள் கூட்டாகக் கொல்லப்பட்டார்களென்று செய்தி வந்தால், உடனடி ஆபத்தில்லை. சிதம்பரம் ஆச்சியின் வீட்டுக்குப் போகும் வழியிலிருந்த வாய்க்காலுக்குள் இரவுகளில் தஞ்சம் புகுந்துகொள்வோம்.

வாய்க்காலில் தண்ணீர் குறைவே. என்றாலும், நீர்ப்பாம்புகளுக்குப் பயத்தில் கையில் ஒரு தடியை வைத்து அம்மா ஆட்டிக்கொண்டே இருப்பார். வாய்க்காலையொட்டி உயர்ந்தோங்கிய பெருமரங்களிலிருந்து பறவைகள் எப்போதாவது கலைந்து கூடும். மற்றபடி மௌனம். இருமலோ, தும்மலோ, வாயு பிரிதலோ எது வந்தாலும்... ம்கூம்!

அக்கம்பக்கத்திலுள்ள தமிழ்க் கிராமங்கள் சிங்கள இனவெறியர்களின் தாக்குதலுக்கு ஆளாயினவென்று செய்தி வரும் நாட்களில், காடுகளின் மடியுள் புகுந்துகொள்வோம். ஆண்கள், பகலிலேயே போய் அடர் பற்றைகளை 'வெளி'யாக்கி விடுவார்கள். சுற்றவர முட்செடிகள், மரங்கள். நடுவிலே நாங்கள். அழும் குழந்தைகளின் வாய்களைப் பொத்திப் பிடித்தபடி தாய்மார் அமர்ந்திருப்பர்.

"இறுக்கிப் பொத்திப் பிடியாதை. மூச்சடைச்சுப் போம்" சொல்பவர்களுக்கும் தெரியும் குழந்தைகளின் அழுகையொலி உயிராபத்தைக் கூட்டிவருமென்பது.

இரவிரவாக நரிகள் ஊளையிடும். பாம்புகள் சருகுகளில் ஊர்ந்துசெல்லும் ஓசை கேட்டு கால்கள் கூசும். நிலவு... அது அப்போதும் அத்தனை அழகாக ஒளிர்ந்துகொண்டுதானிருந்தது. அமாவாசை இரவுகளில் சற்று பாதுகாப்பாக உணர்வோம்.

உறக்கத்திற்கும் விழிப்புக்குமிடையில் ஊஞ்சலாடி விழும் தலை. யாராவதொருவர் மெதுவாக முணுமுணுப்பார்.

“கடவுளே! எங்களை கண் திறந்து பாக்கமாட்டியா?”

சிதம்பரம் ஆச்சி எங்களோடு சேர்ந்து ஒளிந்துகொள்ள ஒருநாளும் வந்ததில்லை.

“சிங்கள ஆக்கள் கத்தி பொல்லுகளோடை வீடு வீடாப் போறாங்களாம். அம்பிட்டவையின்ரை தலைமயிரிலை பிடிச்சு ஒரே வெட்டாய் வெட்டுறாங்களாம்” கூறியும் ஆச்சி அசையவில்லை.

“வெட்டுறதெண்டா வெட்டட்டும். அவங்களுக்குப் பயந்து என்ரை வீடான வீட்டை விட்டிட்டு காடு கரம்பையில போய்ச் சாகோணுமே”

மரங்களால் வடிகட்டப்பட்டு இறங்கும் நிலவொளியில், முகமும் தலையும் ஒன்றே போல் பளபளக்க மருந்துக்கும் மயிரில்லாமல் அமர்ந்திருக்கும் சதாசிவம் மாமாவைப் பார்த்து யோசிப்பேன். ‘இவரை எதைப் பிடித்து வெட்டுவார்கள்?’

பக்கத்து வீட்டு ராசன் உட்பட சில பெடியங்கள் சனங்களை காடுகளுள் ஒளிந்துகொள்ளும்படி அனுப்பிவிட்டு காட்டுத் தடிகளோடும் வேட்டைத் துப்பாக்கிகளோடும் ஊருக்குக் காவலாய் இருந்தார்கள். தமிழர்களைக் கொல்வதற்காகத் தேடி வருபவர்களை ராசனும் நண்பர்களும் அடித்து விரட்டுவதாக வாய்க்காலுள்ளும் காட்டுக்குள்ளும் அமர்ந்தபடி கனவு காண்பேன். பிறகு ராசன் இயக்கத்திற்குப் போய்விட்டான்.

ஒளிந்துகொள்ள வரும்போது கண்ணுத்துரை ஐயா தனது ஒரேயொரு சொத்தான வானொலிப் பெட்டியைத் தூக்கிக்கொண்டு வருவார். சபேசன் மாமா கறுப்பு வெள்ளைத் தொலைக்காட்சிப் பெட்டியை சுமக்கமாட்டாமல் சுமந்துவந்தார். எங்கள் தெருவின் கடைசி வீட்டில் குடியிருந்த ராசமணி அக்கா நெஞ்சுச் சட்டைக்குள் நகைகளை வைத்துக்கொண்டு அதை நிமிடத்திற்கொரு தடவையாவது தொட்டுத் தொட்டுப்

பார்த்துக்கொண்டிருந்தார். எங்களிடம் மின்னுபகரணங்களோ, நகைகளோ இல்லை. நாங்கள் எங்களது உடுப்புப் பையோடு பேருந்து வரக் காத்திருப்பவர்களைப்போல விடியும்வரை சாவின் தூதுவர்களுக்காகக் காத்திருந்துவிட்டு வீடு திரும்புவோம்.

நீளமான விலங்கின் காலடியில் படுத்திருக்கும் குட்டியென மலையடிவாரத்திலிருந்தது எங்களது வீடு. மரங்கள் செறிந்த மலையிலிருந்து இலைகளின் வாசனையோடு இறங்கிவரும் காற்று. மாம்பூக்களின் வாசனை. முற்றம் தவிர்த்து வளவெங்கிலும் சின்னஞ்சிறிய மஞ்சள்நிற பூக்கள் பூக்கும் காட்டுச் செடிகள். அந்த மஞ்சளுக்கு விளிம்பு கட்டினாற்போல அம்மா வைத்த செவ்வந்திகளும் சூரியகாந்திகளும். தன் இருண்ட ஆழத்தினுள் பேய்கள் வாழ்வதாக என்னையும் துசாந்தியையும் மிரட்டிவந்த ஆழ்கிணறு.

இரவில் சூழ்ந்த பயமெல்லாம் காலையில் வடிந்துவிடும்.

கண்ணாடி முன் நிற்கும்போது நேரம் பந்தயக் குதிரையெனப் பறந்தோடும். சிக்கெடுத்து இழைத்து இழைத்து இரட்டைப் பின்னல் பின்னி முடிப்பதற்கிடையில் சுவர்க்கடிகாரத்தின் பெரிய முள் பத்துத் தடவைகளாவது நகர்ந்திருக்கும். பொட்டு வைக்க குறைந்தது ஐந்து நிமிடங்கள் வேண்டும். வட்டாரியால் வரைந்தாற்போல வட்டம் பிசகாமல் பொட்டு, அடுத்து புருவங்களை வரைவது...

"நீ மினுக்கிக்கொண்டு நில்லு. அங்கை பஸ் போகப் போகுது" அம்மா கத்துவார்.

"ஆறே முக்கால்... ஆறு அம்பது..." சமையலறைக்குள் கடிகாரம் இல்லை. கடிகாரத்தின் முட்கள் தனது தலைக்குள் குத்திக் குத்தி நகர்வதுபோல அம்மா கத்துவார்.

பேருந்தைப் பிடிக்க ஓட்டமாய் ஓடுவேன். சீஸர் என்ற பெயர்கொண்ட நாய்க்குத் தெரியும் நான் பேருந்தைப் பிடிக்கத்தான் ஓடுகிறேனென்பது. ஆனாலும், நாக்குத் தள்ள என் பின்னால் ஓடிவரும். சிதம்பரம் ஆச்சியின் வீட்டுக்கும் நாங்களிருந்த வீட்டுக்கும் இடையில் வாய்க்காலை மறித்துப் போடப்பட்டிருந்த பாலத்தில் சறுக்கி விழாமல் தப்பிப்பதற்காக மட்டுமே ஓட்டத்தின் வேகம் மட்டுப்படும். சீஸர் என்னை பேருந்தில் ஏற்றிவிட்டுத்தான் வீட்டுக்குத் திரும்பிப்போகும்.

மாலைப்பொழுதுகள் கனவுகளுக்கானவை.

"ஆனந்தி!" அம்மாவின் குரல் கேட்கத்தான் கேட்கிறது. பதிலளிக்கப் பஞ்சி அல்லது கனவிலிருந்து வெளியேற விரும்பாமல்...

"ஆனந்தி இஞ்சை வா"

"கடைக்குப் போகோணும் வாடி...!"

மஞ்சள் சட்டையும் பச்சைநிற அரைப் பாவாடையும் போட்டுக்கொண்டு கடைக்குப் போகிறேன். இல்லாவிட்டால் நாவல் பழக் கலரில் வெள்ளை லேஸ் பிடித்த சட்டை. அது இரண்டுந்தான் நடுவாந்திரம். கடைக்கோ, பக்கத்து வீடுகளுக்கோ போகும்போது போடுவது. இன்னும் இரண்டு சட்டைகள் இருந்தனதாம். அவை, பேருந்தில் ஏறி கோவில் திருவிழாக்களுக்கோ அல்லது யாழ்ப்பாணத்திலுள்ள சொந்தக்காரர் வீடுகளுக்கோ செல்லும்போது அணிந்துகொள்பவை. இரட்டைப் பின்னல்கள் ஆடுகின்றன.

"எவ்வளவு தலைமயிர்...! ஒல்லிப் பெட்டை! சாப்பிடுகிற சாப்பாடெல்லாம் தலைமயிருக்குத்தான் போகுதுபோலை" சிதம்பரம் ஆச்சி பின்னலை செல்லமாகப் பிடித்து இழுத்துவிடுவார்.

'உங்கடை சாப்பாடெல்லாம் நெஞ்சுக்குத்தான் போகுது போலை'

ஆச்சியின் மார்பகங்கள் கொழுத்துத் திரண்ட மஞ்சள்நிறப் பூசணிக்காய்களை நினைவூட்டுபவை. மேலே போர்த்திய துண்டு அவற்றை மறைக்கும் திராணியற்று நடுவிலே ஒதுங்கிக்கிடக்கும்.

"என்ன பாக்கிறாய்... பெரியாக்களுக்கு அப்பிடித்தானிருக்கும்."

'ஐயோ! நான் மனசுக்குள்ள நினைச்சது எப்பிடித் தெரிஞ்சுது?' வெட்கத்தோடு ஓடிவிடுவேன்.

"நிப்பாட்டி தண்ணிப் போத்தல் வாங்கிட்டுப் போவம்" கணவர் சொன்னார்.

நீல வானத்தில் வெண்ணிறத் தீற்றல்கள். அள்ளித் தின்னலாம் போல பசிய வயல்வெளிகள், அவற்றுக்குப் பின்னால் தென்னந்தோட்டங்கள்... பார்க்கப் பார்க்க பிரியம் பொங்கி வழிகிறது.

'இதையெல்லாம் விட்டுவிட்டு வெளிநாட்டில் போய் என்ன வெட்டி முறிக்கிறோம்! செயற்கையான சூடு, செயற்கையான

தமிழ்நதி ♦ 75 ♦

அழகு, பாவனையான அன்பு...' இடறியது.

ஒன்றரை மணித்தியாலம் ஏனிப்படி நீள்கிறது? சக்கரங்கள் சுருட்டிச் சுருட்டி விழுங்கியும் தீராமல் நீளும் இந்தச் சாலை...

"ஏய் குரங்கே! நீ இறங்கே!" துசாந்தி கொய்யா மரத்தை உலுப்புகிறாள். துசாந்தி எனது தோழிதான். எனக்கெதிராகக் கோள்மூட்டும்போது என் அம்மாவின் தோழி.

கணுக்கள் நிறைந்த கொய்யாக் கிளையில் உடும்பைப் போல உடலை ஒட்டிக்கொண்டு தலைகீழாகப் பார்க்கிறேன். துசாந்தியின் கோணலான வகிடு தெரிகிறது. கொப்பை இறுகப் பற்றிக்கொண்டு மேலும் ஆடுகிறேன். தரை ஆடுகிறது. கிணறு ஆடுகிறது. துசாந்தி ஆடுகிறாள்.

எதிர்பாராமல் வேகத்தடை வரவும் வாகனம் ஒருகணம் குதித்து அமர்கிறது. மகன் நான் ஏதாவது சொல்வேனாவென கண்ணாடிக்குள்ளால் பார்க்கிறான். எனது ஞாபகம் மூன்று தசாப்தங்களுக்கு அப்பாலிருக்கிறது.

"குமர்ப்பிள்ளையாகியும்..." மழைக்காலத்தில் நீர் சுழித்து விரையும் வாய்க்காலுக்கு மீன் பிடிக்கப்போகும் எங்களுக்குப் பின்னால் தேய்ந்தொலிக்கும் அம்மாவின் குரல்.

"அவளின்ரை போக்கிலை விடேன்" அப்பாவின் ஆதுரமான குரல் எங்களை எட்டுவதற்குள் வளவின் மூலைக்குப் போயிருப்போம்.

"மற்றப் பிள்ளையள் போலை ஏன் இவள் நடந்துகொள்ள மாட்டனெண்டுறாள்" அம்மா அங்கலாய்ப்பது எனக்குக் கேட்காத தூரம். ஆனால், அம்மா அந்தச் சந்தர்ப்பத்தில் என்ன சொல்வாரென்பது எனக்கு மனப்பாடம்!

"ஏய் ஆனந்தி... வாய் பாக்காமல் பிடியனடி" பழஞ்சேலைத் துண்டுக்குள் துள்ளிவிழும் பழுப்புநிற மீன்கள்.

வீதியைக் குறுக்கறுத்து ஓடும் காட்டுக் கோழிகளைக் கடந்து கார் விரைகிறது.

"முரலிப்பழக் காலமெண்டாங்கள்" கணவர் கண்ணுயர்த்தித் தேடுகிறார்.

அன்புள்ள தேவதைக்கு... எனத் தொடங்கி 'நீயில்லாவிட்டால் இந்த வாழ்வு பாழ்' என முடிந்த கடிதத்தை, கமநல சேவைத் திணைக்களத்திற்கு முன்னால் வழிமறித்து, அந்தக் கடைக்கார இளைஞன் தந்தான். அதுவே முதன்முதலில் எனக்குக் கிடைத்த காதல் கடிதம். அதை எனது பென்சில் பெட்டியின் அடிக் காகிதத்திற்குக் கீழ் ஒளித்து வைத்துக்கொண்டு தோன்றியபோதெல்லாம் எடுத்து வாசித்தேன். வீட்டில் சொன்னால், வேண்டாமென மறுக்காமல் வாங்கியதற்காக விறகுக்கட்டை முறியும்படியாக அடி விழும்.

அதன்பிறகு நான் தனியாக கடைக்குப் போவதில்லை. துசாந்தி உடன் வருவாள். 'பதில்?' கடைக்காரன் கண்களால் கேட்பான்.

"உன்னிட்டை என்னவோ கேக்கிறான்" துசாந்தி முழங்கையால் நிமிண்டுவாள்.

"நீ கொஞ்சம் சும்மாயிரனடி" அவன் பொருட்களை எடுக்கத் திரும்பும் சமயத்தில் அவளது கையில் கிள்ளுவேன்.

ஒருநாளுமில்லாதபடி அன்று ஆச்சி கூப்பிட்டார்.

"கோதாரியில போன பேன் கடி கடியெண்டு கடிச்சுத் தள்ளுது. கொஞ்சம் பாத்துவிடு"

பார்த்தேன்.

ஒன்றின்மேலொன்று சவாரி விட்டுக்கொண்டிருந்த பேன்களிரண்டை வசமாகப் பிடிக்கவிருக்கையில் ஆச்சி கேட்டார்.

"கடைக்காரப் பெடிப்பிள்ளை கடிதம் தந்தவரோ?"

பேன்கள் இரண்டும் சோடியாக சிதம்பரம் ஆச்சியின் தலையிருட்டுக்குள் நழுவியோடிவிட்டன.

"சொல்லனடி" என்னைத் தன்முன்னால் இழுத்து அமர்த்தினார்.

"ஓம்..."

"கொம்மா பாவம். அவவின்ரை ஒரே நம்பிக்கை நீதான். பாத்து நடந்துகொள். அவனுக்கு நான் நல்ல பேச்சுக் குடுத்தன்"

ஆச்சியிடம் யார் சொன்னது? துசாந்தியா? வெடுக்கென்று எடுத்து சடக்கென்று சத்தமெழ ஆச்சி குத்தியது பேனையா?

அவனையா?

அதன்பிறகு நான் அந்தக் கடைப்பக்கம் போவதில்லை. கதைக்கத் துணிவில்லாத காதலுக்கு நேரும் கதியே அதற்கும் நேர்ந்தது.

கொலைபடுகளங்கள் நாளாக நாளாக விரிந்துகொண்டே போயின.

தலைப்பாரம் இழுக்க, மனப்பாரம் அழுத்த, மண்ணும் வயல்களும் வீடுகளும் பின்னின்று கூப்பிட்ட கம்மிய குரலுக்குத் திரும்பியும் பார்க்காமல் அந்த வழியே சனங்கள் இடம்பெயர்ந்து போகும் காட்சியை நாங்கள் ஒவ்வொரு நாட்களும் கண்டோம்.

அன்றிரவு பௌர்ணமி. காடு கரம்பையெல்லாம் பகலாக்கிப் பொழிந்து தள்ளியது நிலாவெளிச்சம். எங்கள் எல்லோருடைய வற்புறுத்தல்களையும் தட்டமுடியாமல் ஆச்சி எங்களோடு காட்டுக்கு வந்தார். அவருடைய விழிகளில் வேதனையின் பிரளயம். உடலில் கூச்சத்தின் குறுகல். ஆச்சி அழுததை அன்றுதான் முதன்முதலாகக் கண்டேன்.

அவருடைய கையை எடுத்து தன் கைக்குள் பொத்திவைத்துக்கொண்டார் அம்மா. அம்மாவின் மடியில் படுத்திருந்த நான் அதைப் பார்க்காததுபோல மறுபுறம் திரும்பிக்கொண்டேன். ராசன் ஏன் இயக்கத்துக்குப் போனான் என்பதை அந்த இரவுதான் எனக்கு உணர்த்தியது.

மெலிதாக மழை தூறிக்கொண்டிருந்த நாளொன்றில் வீட்டுக்கு முன்னால் ஒரு லொறியைக் கொண்டுவந்து நிறுத்தி "நாங்கள் யாழ்ப்பாணம் போறம். இப்பவே வெளிக்கிடுங்கோ" என்று அப்பா அறிவித்தார். ஆச்சி கண்கலங்கினார். அம்மா அவரைக் கட்டிப்பிடித்தபடி வாய்விட்டு அழுதார். அந்தத் தெருவே வாசலில் கூடி நின்று எங்களை வழியனுப்பிவைத்தது.

துசாந்தி என் கையைப் பிடித்து "போகாதை" என்றாள். பிறகு, ஒரே ஓட்டமாக வீட்டுக்கு ஓடிவிட்டாள்.

திடுதிப்பென்று கிளம்பியதில் அம்மாவுக்கு உடன்பாடில்லைதான். ஆனாலும், எத்தனை காலந்தான் உயிருக்காக உடுப்புப் பையோடு காடு கரம்பையெல்லாம் ஓடித்திரிவது?

பன்குளம் நெருங்கிவிட்டது. மலை கூடக் கூட வருகிறது. மலைகள் இடம்பெயர்ந்து செல்வதில்லை. அகதிகளாக

அலையும் துர்ப்பாக்கியம் அவற்றுக்கு நேர்வதில்லை. தம் பிரமாண்ட ஆகிருதியைப் பொருத்திக்கொள்ள அவற்றுக்குப் போக்கிடமுமில்லை.

பன்குளத்தில் நீர் குறைந்திருக்கிறது. சிற்றலைகள் ஓடோடிவந்து ஏதோ எண்ணிக்கொண்டாற்போல வழியிலேயே மடிந்துபோகின்றன.

சிதம்பரம் ஆச்சியின் வீடிருந்த இடத்தைத் தாண்டிவிட்டோம் என்பதை கமநலசேவைத் திணைக்களக் கட்டடத்தைக் கண்டதுந்தான் உணர்ந்தேன். அங்கே அப்படியொரு வீடிருந்ததற்கான சாயலுமில்லை.

வாகனத்தைத் திருப்பி மெதுவாகப் போகச் சொன்னேன். இடத்தின் அடையாளமே தெரியவில்லை. எதிர்ப்பட்ட ஒழுங்கையொன்றைக் காட்டி அதனுள் வாகனத்தை விடும்படி கூறினேன்.

"இந்த ஒழுங்கைதானா?" கணவர் சந்தேகத்தோடு கேட்டார்.

"அப்பிடித்தான் தெரியுது"

ஒருகாலத்தில், நாங்கள் ஓடி விளையாடுமளவு அகன்று கிடந்த வீதி அது. இப்போது குச்சொழுங்கையாய் சிறுத்து, எதிர்பார்த்திராத இடத்தில் திடீரென முடிந்தது. முன்னால் காடு. வலமும் இடமும் பார்த்தேன். பாதையைக் காணவில்லை. பாதைகள் எப்படிக் களவுபோகும்? அல்லது மடிந்துபோகும்?

இடப்பக்கந்தான் திரும்பவேண்டும். ஆனால், அங்கே மனிதர் வாழ்வதற்கான எந்த அறிகுறியும் இல்லை. வலப்பக்கம் பார்த்தோம். அங்கே இடைவெளி விட்டு இரண்டு வீடுகள் தெரிந்தன. இடைவெளி என்றால், ஏக்கர் கணக்கான இடைவெளி. கண்தொடாத தொலைவில் மேலும் வீடுகள் இருக்கக்கூடும்.

நாங்கள் நின்றுகொண்டிருந்த இடத்திலிருந்து இடம்வலதாய் நீண்டுசென்ற வீதியின் இருபுறமும் நிரையாக வீடுகள் இருந்தன. அந்த வீடுகளுள் அன்பும் காதலும் காமமும் கோபமும் கனவுகளும் நிறைந்த மனிதர்கள் வாழ்ந்தார்கள். முற்றங்களில் குழந்தைகள் கூச்சலிட்டபடி ஓடித் திரிந்தார்கள். எல்லோரும் எங்கே போனார்கள்? 'சரக்'கென ஒரு திரைச்சீலையை இழுத்து மூடியதுபோல காட்சிகளெல்லாம் மறைந்துபோனதெப்படி?

தமிழ்நதி • 79 •

"ஒண்டையும் காணோம்" மகன் சலித்த குரலில் சொன்னான்.

"சரியான இடத்துக்குத்தான் வந்திருக்கிறமா?" கணவர் கேட்டார்.

"ஓம்..." அயர்ச்சியோடு தலையசைத்தேன்.

"இந்தப் பக்கம் திருப்பு" இடப்பக்கம் காட்டி மகனிடம் சொன்னேன். பாதையில்லை, சிறுபற்றைகள்தாம். என்றாலும் வாகனம் செல்லமுடியும்.

சிறிது தூரம் சென்றபின், கம்பி வேலியொன்றையும் அதன் நடுவாந்தரமாக கரும்பச்சை நிறக் கேற்றையும் கண்டோம். அதற்குப் பின்னால் சிறியதொரு வீடு.

"ஆர்மிக் காம்ப் போல இருக்கு. திருப்பிக்கொண்டு போவம்" மகன் பயத்தோடு கூறினான்.

அந்த வீட்டின் அயலைச் சுற்றி காடு மண்டிக்கிடக்கிறது. மனிதர் வாழ்வதற்கான சுவடேயில்லை!

'நான் தவறான இடத்திற்கு வந்துவிட்டேனா? இல்லை! அதே மலை! அதே நிலம்! காற்றில் அதே இலைகளின் வாசனை!' குழம்பினேன்.

"சரி போவம்"

வாகனத்தைத் திருப்பிக்கொண்டிருந்தபோது அந்தப் பெண்ணைக் கண்டேன். அறுபது அறுபத்தைந்து வயது மதிக்கலாம்.

பச்சைநிறக் கேற்றைத் திறந்துகொண்டு வெளியில் வந்தார். கறுத்து மெலிந்த உருவம். சிதம்பரம் ஆச்சி அணிவதைப் போன்று மேலே ஒரு பிளவுஸ், கீழே ஒரு சாறம். கண்களில் கேள்வியோடு வாகனத்தைப் பார்த்தார். மகன் கார்க்கண்ணாடியை கீழிறக்கினான்.

"ஆரைத் தேடுறீங்கள்?" அந்தப் பெண் கேட்டார்.

"எங்கடை அம்மா ஆக்கள் முந்தி இஞ்சை இருந்தவை" அவனுக்கு மேற்கொண்டு சொல்லத் தெரியவில்லை.

அந்தப் பெண் நெற்றியைச் சுருக்கினார். நான் காரிலிருந்து கீழே இறங்கினேன்.

"சிதம்பரம் ஆச்சியின்ரை வீடு இஞ்சை இருந்ததெல்லோ?"

"நீங்கள்?" அவருடைய கண்களில் குழப்பம் மறைந்து நெருக்கம் வந்தது. ஆண்டுகளைப் பின்தள்ளித் தேடும் விழிகள்.

"அந்த வீட்டிலை வாடகைக்கு இருந்தனாங்கள்"

"ஆனந்தி?" எனது பதிலுக்காக அவர் காத்திருக்கவில்லை. கட்டிப்பிடித்துக்கொண்டார்.

"என்னைத் தெரியேல்லையா?" கேட்டார்.

சற்றே தூக்கலான பற்களில் ஒன்று பாதியாக உடைந்திருந்தது. வீரைப்பழக் கறை படிந்ததுபோல வெண்மையான நாக்குத் தெரியும்படியாக வாய்விட்டுச் சிரிக்கிற அந்தச் சிரிப்பு... எப்படி மறந்தேன்? எங்களுக்கு நேரெதிர் வீட்டில் வாழ்ந்த பரமேஸ் அன்ரி.

"பரமேஸ் அன்ரிதானே?"

"ஓம்" அவரது கண்கள் கலங்கி மினுங்கின. முப்பத்து மூன்று ஆண்டுகள் என்பது எத்தனை நீளமானது என்பது அவருடைய தோற்றத்தில் தெரிந்தது.

"அப்ப எவ்வளவு தலைமயிர்... இப்பிடிக் கட்டையாய் வெட்டிப்போட்டாய்" ஒருமையில் விளிப்பதா பன்மையில் விளிப்பதா என்று குழம்பியபின் ஒருமையில் நின்றார்.

"வெளிநாட்டு வாழ்க்கையிலை பின்னிக் கட்ட நேரம் எங்கை?"

மகன் என் முகத்தைப் பார்த்தான். அவனுக்கு அங்கிருந்து புறப்படும் அவசரம்.

"நாங்கள் முந்தி இருந்த வீட்டைப் பாக்க வந்தனாங்கள்"

"நீங்கள் இருந்த இடம் இதுதான்" பரமேஸ் அன்ரி முன்னாலிருந்த காட்டைக் காட்டினார்.

"இதா? இதா?" ஏங்கிப்போய்க் கேட்டேன்.

பாலையும் வீரையுமாய் வெயில் நுழையாக் காடாக மாறிவிட்டிருந்தது அவ்விடம். சிறுமியும் அல்லாமல் வளர்ந்தவளும் அல்லாமல் குழப்பத்தின் கண்களுடன் நான் சுற்றித் திரிந்த வீடெங்கே? அங்கு நிழல் பரப்பி நின்ற மாமரங்களும் கொய்யா

தமிழ்நதி ♦ 81 ♦

மரங்களும் எங்கே? எந்தக் கோடையிலும் வற்றாத ஆழ் கிணறு எங்கே?

மூன்று அறைகளோடான அந்தப் பெரிய வீட்டின் எச்சமாய் குட்டிச் சுவரொன்று பரிதாபகரமாக நின்றது. காலத்தின் கறுப்பேறிய குட்டிச்சுவர். கவனித்துப் பார்த்தாலன்றி தெரியாதபடி செடிகள் அதை மறைத்திருந்தன. முழங்காலுயர முட் பற்றைகள் கால்களில் கீறுவதைப் பொருட்படுத்தாமல் அருகில் போய் அதைத் தொட்டுப் பார்த்தேன். நிராதரவான குழந்தையைத் தொடுவதுபோலிருந்தது.

'நாங்கள் வாழ்ந்த வீட்டின் எந்த அறைச்சுவர் நீ!'

"போவோம்" கணவர் வீதியல்லாத வீதியில் நின்றபடி கூப்பிட்டார். வேதனையின் வெடிப்பை அந்த முகத்தில் கண்டேன். இறந்துவிட்ட ஊரில் தரிக்கவியலாமல் தவித்தன அவருடைய பாதங்கள்.

"ஏனிப்பிடி அழிஞ்சுபோய்க் கிடக்கு?" பரமேஸ் அன்ரியிடம் கேட்டேன்.

"நீங்க போன கொஞ்ச நாள்ல பிரச்சினை கூடீட்டுது. சில பேரைச் சாகக் கொண்டு போட்டாங்கள். பயத்திலை ஒவ்வொருத்தராய் வெளிக்கிடத் தொடங்கிச்சினம். தனிய இருக்கப் பயந்து நாங்களும் போனம். ஊர் அழியத் தொடங்கீற்று. ஆனா, சிதம்பரம் ஆச்சி மட்டும் வரமாட்டனெண்டு இஞ்சையே தங்கீட்டா"

இப்போது எனது முறை! நான் கணவரின் தோளைப் பற்றி 'போவோம்' என்று அழுத்தினேன். உடல் நடுங்கியது. அவரோ மேலும் விபரமறிவதில் நின்றார்.

"இப்ப இஞ்சை தனிய இருக்கப் பயமாய் இல்லையா?"

"தனிய இல்லை. அங்காலை நாலைஞ்சு பேர் இருக்கினம். அரசாங்கம் மீள் குடியேற்றம் அறிவிச்சிருக்கு. இஞ்சை வந்திருக்கிறவைக்குத்தான் வீடு கட்டக் காசு குடுப்பினமாம். அதுதான் திரும்பி வந்தனாங்கள். எங்கடை பிள்ளையளுக்கு நாங்கள் இஞ்சை இப்பிடி வந்திருக்கிறதிலை கொஞ்சமும் விருப்பமில்லை. ஆனா வாழ்ந்த வீடு... ஊர்..." எதிலோ சிக்கிக்கொண்டாற்போல திணறியது குரல்.

பரமேஸ் அன்ரியின் கணவர் வீட்டு முற்றத்தில் இருந்தபடி

கைகளை அசைத்தார்.

"உள்ளுக்கை வாங்கோவன். ஆரோ மாதிரி வாசல்ல நிண்டு கதைக்கிறீங்கள்." அன்ரி கைகளைப் பற்றி கூப்பிட்டார்.

போனோம். விசாலமான விறாந்தையும் அறைகளுமாய் இருந்த வீடு இன்றில்லை. மண் சுவர் வைத்து, தகரத்தால் கூரை வேய்ந்த சின்னஞ்சிறிய வீடு. வளவு முழுவதும் கோழிகள் உலவின. வளப்பமான ஆடுகள் இரண்டு கொட்டிலுள் நின்றன. அங்கிருந்த கொய்யா மரங்களையும் அன்னமின்னா மரங்களையும் காணவில்லை. பதிலாக தேக்கு மரங்கள்.

"இந்த வளவுக்குள்ள கொஞ்சக் காலம் ஆமி இருந்தது. தேக்கு மரமெல்லாம் அவங்கள் வைச்சதுதான்"

வெண்நரம்போடிய கரும்பச்சை இலைகள் அதை ஆமோதிப்பதாய் அசைந்தன.

"எனக்கு கால் ஏலாது. வாதக்குணம். அதுதான் எழும்பி வரேல்லை. வாகனத்தைக் கண்டதும் அரசாங்க வாகனமோ எண்டு நினைச்சன். வீட்டுத் திட்டம் பதியேக்குள்ள இவ ஏதாவது எக்குத்தப்பாச் சொல்லி குழப்பி வைச்சிருப்பா."

அவர் மாறவில்லை! 'இந்தப் பேய் மனுசிக்கு ஒண்டுந் தெரியாது' என்கிற, முப்பத்து மூன்று ஆண்டுகளுக்கு முந்தைய அதே 'புருசக்' குணம்.

"மைதிலி...?" அவளை வவுனியாவில் சந்தித்ததைப் பற்றிக் கூறாமற் கேட்டேன்.

"அந்தப் பெட்டையின்ரை தகப்பனையும் அவங்கள் கொலைசெய்து போட்டாங்கள். அதோட குடியெழும்பிப் போனதுதான். காணியைப் பாக்கக்கூடத் திரும்பி வரேல்லை. அந்த வளவிலை இப்ப ஒரு சிங்களக் குடும்பம் இருக்கு. மைதிலியை வவுனியாவிலை கண்டதா ஆரோ சொல்லிச்சினம்"

"ஐயோ!"

தெரிவுகளற்றுத் தங்கிவிடுபவர்களே கொலைபடுகிறார்களா? அன்று மைதிலியின் கண்களில் தெரிந்தது என்மீதான குற்றச்சாட்டா?

"திருகோணமலைக்குப் போய்த் திரும்ப நேரமாயிடும்" கணவர்

எழுந்தார். விடைபெற்றோம்.

பிரதான வீதியில் ஏறுவதற்கு முன்னதாக நான் மகனிடம் சொன்னேன்.

"காரைத் திருப்பு. வீட்டை போவம். இன்னொருநாள் திருகோணமலைக்குப் போகலாம்"

வாகனம் வலதுபுறம் திரும்பி வவுனியாவை நோக்கி ஓடியது.

கண்ணுயர்த்திப் பார்த்தேன். நஞ்சு தேங்கிவிட்ட கழுத்தென நீல நிறத்தில் நெடிதுயர்ந்து நின்றது மலை.

'எத்தனை சாவுகளின் சாட்சியம் நீ!'

"சிதம்பரம் ஆச்சி எப்பிடிச் செத்தவ?" அந்தக் கேள்வியை பரமேஸ் அன்ரியிடம் கடைசிவரை நான் கேட்கவில்லை. ஆச்சி தன் காலம் முடியும் வரை வாழ்ந்து மூப்படைந்து இறந்துபோனார் என்று நம்புவதுதான் எனக்கு நல்லது!

கறுப்பன் என்றொரு பூனைக்குட்டி

மூத்த மகனுடைய கையால் கொள்ளி வாங்குவதற்காக அருணாசலத்தார் நடுக்கூடத்தில் காத்துக் கிடந்தார். மகன் கந்தசாமி செய்தி கேட்ட அன்றிரவே அமெரிக்காவிலிருந்து புறப்பட்டுவிட்டார்.

வெள்ளை வேட்டி சால்வை, அருணாசலத்தாருடைய கறுப்பு நிறத்தை அடர் கறுப்பாக்கிக் காண்பித்தது. தலைமாட்டில் குத்துவிளக்கின் சுடர் காற்றின் திசைக்கேற்ப சாய்ந்து மாய்ந்து அழுதுகொண்டிருந்தது. நகரத்திற்குப் போகும்போது மட்டும் செருப்பு அணிந்துகொள்ளும் வழக்கமுள்ள அவருடைய கால்களில் வெள்ளைக் காலுறைகள் மாட்டப்பட்டு, இரண்டு பெருவிரல்களும் இழுத்துக் கட்டப்பட்டிருந்தன. ஆள் திடகாத்திரன்தான். இருந்துமென்ன... நெஞ்சுவலி சாய்த்துவிட்டது.

இரண்டு நாட்களுக்கு முன் விடிகாலையில் மருமகள் மனோகரியைக் கூப்பிட்டு நெஞ்சு வலி என்றார். வைத்தியசாலைக்குக் கொண்டு சென்ற ஒரு மணி நேரத்திற்குள் குளிர்ந்து விறைத்துவிட்டது உடல். ஊருக்குள் 'நல்ல சாவு' என்று கதைத்துக்கொண்டார்கள்.

அருணாசலத்தாரின் மனைவி இறந்து பதினான்கு ஆண்டுகளாகின்றன. மூன்று மகன்களில், மூத்தவரான கந்தசாமி அமெரிக்காவில் உணவகம் வைத்திருக்கிறார். அவர் வார்க்கும் தோசையை வெள்ளைக்காரர்கள் கூட ஆசை ஆசையாகச் சாப்பிடுகிறார்கள். இரண்டாவது மகன் கதிர்வேல் கொழும்பில் வீடுகளும் பார்களும் கார்களும்

வைத்திருக்குமளவிற்கு வசதியானவர். தந்தையை வழியனுப்பி வைப்பதற்கு தாமதமாக வந்திறங்கி, முன்பே வந்துவிட்டவர்போல பாவனை பண்ணிக்கொண்டிருந்தார். உள்ளூரில் மரக்கறி வியாபாரம் செய்துவரும் மூன்றாவது மகன் கணேசனோடுதான் அருணாசலத்தார் கடைசிவரையில் இருந்தார். கணேசன், மனோகரியைத் திருமணம் செய்து கொண்டுவரும்வரையில் பெண் பிள்ளைகள் இல்லையே என்ற கவலை அருணாசலத்தாருக்குள் இருக்கவே செய்தது.

வெளிவாயிலிலிருந்து விறாந்தை வரை நீண்டு கிடந்தது பந்தல். பந்தலின் இருபுறமும் மர நிறத்தில் பிளாஸ்டிக் கதிரைகள். அதில் நான்கைந்து ஆண்கள் அமர்ந்து கதை பேசிக்கொண்டிருந்தார்கள். பெண்கள் விறாந்தையில் குழுமியிருந்தார்கள். காலையிலேயே நல்ல வெயில். அது தெரியாதபடிக்கு இருள், குளிர்ச்சி இரண்டும் கலந்த முகத்தை பந்தல் முற்றத்துக்குக் கொடுத்திருந்தது. இருந்திருந்தாற்போல வீசிய வெம்மை கலந்த காற்றில் பந்தல் கூரை படபடத்தது.

“ஓம்... இண்டிரவு அண்ணை வந்திடுவார். நாளைக்குக் காலமை பத்து மணிக்கெல்லாம் எடுத்திடுவம்” கதிர்வேல் யாரிடமோ சொல்வது கேட்டது. கேள்வியைக் கேட்டவருக்காக மட்டுமன்றி, எல்லோருக்குமாகச் சொல்வதான உரத்த தொனி. அதில் இலேசான கவலையும் கலந்திருந்தது. மதுபானச் சாலைகளின் பொறுப்பை அவருக்கு அவ்வளவு நம்பிக்கையில்லாத மைத்துனனிடம் கையளித்துவிட்டு வரவேண்டியிருந்ததால் உண்டான பதட்டம் அது.

“கள்ள நாய்” கதிர்வேல் தன்னை மறந்து உரக்கவே சொல்லிவிட்டார். பெண்கள் கூட்டத்தினுள்ளிருந்த கதிர்வேலின் மனைவி திரும்பிப் பார்த்தாள். அந்தக் ‘கள்ள நாய்’ யாரென்பது அவளுக்குத் தெரியும்.

ஆட்கள் வருவதும் போவதுமாக இருந்தார்கள்.

பிணத்தைச் சுற்றிச் சொய்யிட்ட இலையான்களை கையிலிருந்த விசிறியால் விரட்டியபடி இருந்தார் நல்லம்மா ஆச்சி. உள்ளே வருபவர்களை மங்கிவிட்ட தன் கண்களால் உற்று நோக்குவார். வந்தவர் தனக்குத் தெரிந்தவரென்றால், கைகளுள் பாய்ந்து விழுவார்; நெஞ்சில் தலையால் முட்டி அழுவார்; ஆளடையாளந் தெரியாவிட்டால், அதிக நீளமில்லாத ஒப்பாரி என ஆளுக்கேற்றபடி அவருடைய அழுகையின் சுருதி மாறும்.

"ராச வாழ்க்கையல்லோ

என்ரை அண்ணா—இப்ப

மோசம் போய் நிக்கிறமே... ய்ய்ய்..."

நல்லம்மா ஆச்சி அருணாசலத்தாரின் ஒன்றுவிட்ட தங்கச்சி. இளமையிலேயே புருசன் இறந்துவிட்டார். ஆச்சியின் இருப்பு மருமகளோடான சண்டையிலும் மகனோடான சமாதானத்திலும் கழிகிறது. தோன்றினால் இங்கே புறப்பட்டு வந்துவிடுவார். திரும்பிச் செல்ல மனதே வராது. மனோகரி அப்படி அக்கறையோடு கவனித்துக்கொள்வாள்.

பந்தல் குளுமையின் கீழ் பெட்டை நாய் ஆழ்ந்து உறங்கிக்கொண்டிருந்தது. அதன் பெயரே பெட்டை நாய்தான். பெடியன் நாய் வழக்கம்போல ஊரைச் சுற்றப் போய்விட்டது. கபிலன் என்ற பெயர்கொண்ட கடுவன் பூனை மட்டும் மதிலின் மீது படுத்திருந்து மதிலுக்கு அந்தப் பக்கம் பார்த்தபடி வாலால் யோசித்துக்கொண்டிருந்தது. கறுப்பும் சாம்பலும் கலந்த அதன் வால் பாம்பாய் ஒருகணம் நெளியக்கண்டு மிரண்டாள் மனோகரி.

மனோகரியின் கால்களை உரசி உரசி சொந்தங் கொண்டாடும் கறுப்புப்பூனை, அருணாசலத்தாரின் உடலை வீட்டுக்குக் கொண்டுவந்த அன்றிலிருந்து காணாமற் போய்விட்டது. பூனைகள் காணாமற்போவது வழமைதான். ஆனால், ஆச்சி சொன்ன விசயம் மனோகரிக்கு மிரட்சி அளித்தது.

"கறுப்புப் பூனையளின்ரை கண்ணுக்கு செத்தாக்களின்ரை ஆவி தெரியும் எண்டு சொல்லுவினம். அண்ணற்றை ஆவியைக் கண்டு அருண்டு அந்தப் பூனை எங்கையோ ஓடிப் போயிருக்கோணும்"

இறந்துபோன மாமனாருக்கும் பூனைக்கும் முடிச்சுப் போட்டது மனோகரிக்குக் கொஞ்சமும் பிடிக்கவில்லை. அதனால், ஆச்சியின் பக்கம் செல்லாமல் சற்று ஒதுங்கியே இருந்தாள்.

"சனிப்பிணம் தனியப் போகாது. ஞாயிற்றுக்கிழமை எடுக்கிறதுதான் நல்லது" ஆச்சியின் குரல் ஒலித்தது.

மாமனாரின் அறைக் கதவைப் பிடித்துக்கொண்டு கண்களில் நீர் முட்ட நின்றாள் மனோகரி. வெள்ளை வேட்டி விரிக்கப்பட்டிருந்த கட்டிலின் வெறுமை அவளைத் தாக்கியது. மாமனாருடைய சாய்வு நாற்காலி, அந்த அறையில் எவ்வளவு இடத்தைப்

பிடித்துக்கொண்டிருந்தது என்பதை அதை அகற்றிய பிறகே உணரமுடிந்தது. அந்த நாற்காலியை வீட்டுக்குப் பின்புறத்தில் கொண்டுபோய்ப் போட்டிருக்கிறார்கள். அந்தியேட்டி முடிந்ததும் அது குப்பை மேட்டுக்கு அனுப்பப்பட்டுவிடும்.

"மருமோள்"

செடியிலிருந்து வீழும் மலர்போல அன்பின் வாசனையோடு அவளை வந்தடையும் அழைப்பை இனி கேட்கமுடியாது. பற்கடிப்பை மீறி விம்மல் வெடித்தது. மாமனாரிடத்தில் தந்தையின் முழுமையான அன்பை அனுபவித்தவள் அவள். அருணாசலத்தாரின் கோபத் தீ அவளைக் கண்டதும் படக்கென அணைந்துபோய்விடுவது கணேசனுக்குக் கூட ஆச்சரியந்தான்.

வாழைப் பழத்தில் சொருகப்பட்ட சாம்பிராணிக் குச்சியிலிருந்து எழுந்த புகை சுழன்று சுழன்று நாசியில் ஏறியது.

"நாளைக்குக் காலமை" கணேசன் அலைபேசியில் யாரிடமோ சொல்வது கேட்டது.

"சித்தி"

கண்களைத் துடைத்துக்கொண்டு நிமிர்ந்தாள் மனோகரி. கதிர்வேலின் மகள் ஆருத்ரா நின்றாள். பாட்டனாரைப் போல ஆருத்ரா நல்ல உயரம். மாநிறம். வட்ட முகமும் கண்களும் அவளுடைய தந்தை வழி பாட்டியினுடையதைப் போன்றன என்று குடும்பத்திலுள்ளவர்கள் சொல்வதுண்டு. அது ஆருத்ராவின் தாய்க்குப் பிடிப்பதில்லை. அவள் திருமணமாகி அந்த வீட்டுக்கு வந்தபோது மாமியார் உயிரோடிருந்தார். அவர்களுக்கிடையில் சண்டைகளும் மிகுந்திருந்தன.

"அழுகிறீங்களா?" கைகளைப் பிடித்துக்கொண்டாள் ஆருத்ரா.

"இல்லை" கண்களைத் துடைத்தாள் மனோகரி.

"சித்தப்பா சாப்பாடு வாங்கியந்திருக்கிறார். சாப்பிட வாங்கோ... அறைக்குள்ள..." மெதுவாக அழைத்தாள் ஆருத்ரா. வீட்டில் பிணம் கிடக்கும்போது அடுப்பைப் பற்றவைக்கக் கூடாதென்பது சம்பிரதாயம். வயிறு இருக்கிறதே...!

மனோகரி ஆருத்ராவைப் பின்தொடர்ந்து அறைக்குள் போனாள்.

'கறுப்பன் எங்கை இருக்கிறானோ...?' கேள்வி அவளோடு கூடப் போனது.

சாப்பிட்ட சுவடில்லாமல் வாயைக் கழுவிக்கொண்டு முற்றத்துக்குப் போனாள் மனோகரி. பந்தலுள் இரண்டு ஆண்களோடு கணேசன் கதைத்துக்கொண்டிருந்தான். மற்றபடி மதியப்பொழுது தியங்கிக் கிடந்தது. கபிலன், பிளாஸ்டிக் கதிரையொன்றில், புலியை நினைவூட்டும் தனது நீண்ட ஆகிருதியை நிறைத்து உறங்கிக்கொண்டிருந்தது. மனோகரியின் கண்கள் வளவெங்கும் துருவித் துருவித் தேடி ஏமாற்றத்தோடு வீட்டினுள் திரும்பின. கறுப்பனைக் காணவில்லை! மாமனார் இறந்து கிடக்கிறபோது இப்படி பூனையைத் தேடித் திரிவது அவளுக்கு குற்றவுணர்வாகத்தானிருந்தது. ஆனாலும், கறுப்பனின் நினைவை விலக்க முடியவில்லை.

கறுப்பன் அந்த வீட்டுக்கு வந்து சேர்ந்த விதமே தனி. அன்று ஞாயிற்றுக்கிழமை. அப்போதுதான் மதியச் சாப்பாடு முடிந்திருந்தது. காகங்களும் கண் சொக்கி மிழற்றும் வெக்கை. மழைமேகங்களால் இருண்டு கிடந்த பின்மதியம். மாடிப்படி வழியே சாம்பல் நிறப் பூனையொன்று மெல்ல மெல்ல இறங்கி வர, இருண்ட வானத்திலிருந்து விழுந்ததென கன்னங்கரேலென்ற நிறத்தில் பூனைக்குட்டியொன்று மொட்டைமாடி வாசலில் அமர்ந்திருந்தது. உள்ளங்கைக்குள் அதன் உடல் முழுமையாக அடங்கிவிடும். அந்தளவு சிறியது. அதன் பாசிப் பச்சைக் கண்களில் பயம் அப்பிக் கிடந்தது.

"இதெங்கை கிடந்து வெளிக்கிட்டு வருகுதுகள்?" கணேசன் கேட்டான்.

"ஆருக்குத் தெரியும்?" மனோகரி தாய்ப் பூனையைக் கடந்து குட்டியைத் தூக்கப்போனாள். இருளே வால் முளைத்து ஓடுவதுபோல அது பாய்ந்தோடி விட்டது. மொட்டைமாடிக்குப் போய்த் தேடினாள். அங்கும் காணவில்லை. மறைந்து தோன்றும் பூனையாயிருந்தது அந்தக் குட்டி.

அவர்களுக்குப் பிள்ளைகள் இல்லை. ஏற்கெனவே ஒரு பூனையும் இரண்டு நாய்களும் இருந்தன. இருந்தாலும் கணேசனிடம் சொன்னாள்.

"குட்டியும் தாயும் இஞ்சை நிக்கட்டுமன்"

கணேசன் ஒன்றுஞ் சொல்லவில்லை. அந்தப் பூனைக்குட்டிக்கு மனோகரி 'கறுப்பன்'என்று பெயர் வைத்தாள். அதன் தாய்க்குப் பெயர் தாய்ப்பூனை.

கறுப்பன் தாயோடு ஒட்டிக்கொண்டு திரியும். தட்டில் வைக்கப்பட்ட உணவை பயந்தபடியே சாப்பிடும். தாயும் மகனும் குட்டி ரெயில் பெட்டிகள் போல முன்னும் பின்னுமாக மதிலில் படுத்துக் கிடப்பார்கள். ஒரு இலை உதிரும் ஓசை, பறவைகளின் கீச்சொலி, உரத்த குரல் போதும் கறுப்பனைப் பயப்படுத்த. தாயின் வயிற்றுக்குள் மீண்டும் நுழைந்துவிடுவதென ஒடுங்கி நடுங்கும்.

"யாரோ நல்லாப் பயப்பிடுத்தியிருக்கினம்" மனோகரி சொல்வாள். வெட்டுண்ட அதன் வால் நுனி அதை உறுதிப்படுத்தியது. கறுப்பன் செல்லும் திசைக்கு எதிர்த்திசையில் அம்புக்குறிபோல அதன் வால் நீட்டிக்கொண்டிருக்கும்.

ஒருநாள் மாலையில் வெளியில் சென்ற கறுப்பனின் தாய் வீடு திரும்பவில்லை. கறுப்பன் வாசலைப் பார்த்துக்கொண்டே படுத்திருந்தது. இடையிடையே எழுந்து மதில் மீது ஏறும். அந்தப் பக்கம் பார்க்கும். பிறகு ஏமாற்றத்தோடு இறங்கிவரும். அதற்கென வைத்த சாப்பாடு தட்டில் காய்ந்துபோய்க் கிடந்தது.

ஏழெட்டு நாட்களாகியும் தாய்ப்பூனை திரும்பி வரவில்லை. கறுப்பன் பசி தாங்காமல் சாப்பிடத் தொடங்கியது. என்றாலும், தாயைத் தேடுவதை நிறுத்தவில்லை. தன் பச்சைக் கண்களால் வளவைத் துருவியபடி திரிந்தது. வெளியில் சென்று பழக்கமில்லாத பூனையது. கறுப்பன் போகுமிடமெல்லாம் தனிமையின் நிழல் நீண்டு நடந்தது.

"பூனையள் இப்பிடித்தான். பாசமோ, நன்றி விசுவாசமோ இல்லாததுகள்" கணேசன் சொன்னான்.

"இல்லை. அது இவ்வளவு நாளும் குட்டியை விட்டிட்டு இராது. எங்கயாவது வாகனத்தில அடிபட்டுச் செத்திருக்கும்." மனோகரி மறுத்தாள்.

'ஐயோ செல்லமே! என்னிட்டை வா' மனோகரி ஆதூரத்தோடு கைகளை நீட்டுவாள். கறுப்பனோ பயந்தடித்துக்கொண்டு ஓடியது. கபிலனோடு அது ஒட்டுவதில்லை. யானைகளில் தனியன் உண்டு; இது பூனைகளில் தனியன்.

கணேசன் வீட்டுக்குத் தாமதமாக வரத் தொடங்கியதிலிருந்துதான்

கறுப்பன் அவளோடு ஒட்டத் தொடங்கியது. மரக்கறிச் சந்தை முடிந்ததும் எஞ்சிய காய்கறிகளைக் கொண்டுபோய் சாப்பாட்டுக் கடைகளுக்கு அரை விலைக்குக் கொடுத்துவிட்டுத் திரும்பி வர இரவு மணி பத்தாகிவிடும். அவன் வீடு திரும்பத் தாமதமாகும் இரவுகளில் மனோகரி வாசற்படியையொட்டி கதிரையைப் போட்டுக்கொண்டு அமர்ந்திருப்பாள். இருளின் அடர்த்தி கூடக் கூட கறுப்பனின் பயத்தின் அடர்த்தி குறையத் தொடங்கும். அது அவளது கால்களை உரசியபடி போகும் வரும். இப்போது தன்னைத் தூக்கி வைத்திருக்க அனுமதித்தது. ஆனால், ஒரு நிமிடந்தான். பிறகு, பின்னங்கால்களால் அவளுடைய கைகளைத் தள்ளும். அப்படித் தள்ளும்போது மறக்காமல் நகங்களைச் சுருக்கிக்கொள்ளும். அவளும் உடனே இறக்கி விட்டுவிடுவாள். தன் பிரியம் அதன் பயத்தை அதிகரித்துவிடக்கூடாதென்பதில் கவனமாக இருப்பாள். அதன் கன்னங்கரேலென்ற உடலுக்கு மற்ற பூனைகளிடத்தில் இல்லாத பட்டு மென்மை இருந்தது. இறக்கிவிட்டபிறகும் வளவளப்பு கைகளில் எஞ்சியிருக்கும்.

"ஏய் பட்டுக்குட்டீ!"

அருணாசலத்தாரின் கட்டில் அவரது அறையின் யன்னலோரத்தை ஒட்டிப் போடப்பட்டிருந்தது. அதன்வழியாக இந்தக் கொஞ்சலைக் காணவும் கேட்கவும் செய்வார்.

'கடவுளே! நீ இவளுக்கு ஒரு பிள்ளையைக் குடுத்திருக்கலாம்' பெருமூச்செறிவார்.

அருணாசலத்தாருக்கு நாய்களைப் பிடிப்பதுபோல பூனைகளைப் பிடிப்பதில்லை. இருந்தாலும், மனோகரியின் மனம் நொந்துபோகுமோவென்றெண்ணி பூனைகள் மீதான தனது அசூசையை வெளிக்காட்ட மாட்டார். ஆனால், கறுப்பனை அவருக்கு ஏனோ பிடித்திருந்தது. பழக்கதோசத்தினால் அதிகாலை ஐந்து மணிக்கே எழுந்துவிடும் அவர், வெளியில் வந்ததும் விழிப்பது கறுப்பனின் பச்சைக் கண்களில்தான். அது உயரமான விறாந்தைக் குந்திலிருந்தபடி அவரை உறுத்துப் பார்க்கும்.

"என்னடா கறுப்பா! நல்லா நித்திரை கொண்டியா?" கேட்பார்.

"மியாவ்"

"கொஞ்சம் பொறு... இப்ப உன்ரை அம்மா வந்து சாப்பாடு வைப்பா" கிழவர் பற்கள் உதிர்ந்துவிட்ட வாயால் சிரிப்பார்.

இரவு பன்னிரண்டு மணியளவில் வீடு அமளிப்பட்டது. கந்தசாமி தன் மனைவியோடு ஒரு வெள்ளைக்காரில் வந்திறங்கி தகப்பனை நோக்கி ஓடினார். உறவுப் பெண்களுக்கு மத்தியில் அப்போதுதான் உறங்கத் தொடங்கியிருந்த நல்லம்மா ஆச்சி கொண்டையை உதறி விட்டுக்கொண்டு அவ்விடத்திற்கு ஓட முயன்றார். முடியவில்லை. நடந்து போவதற்கிடையில் கந்தசாமியை ஆட்கள் சூழ்ந்துவிட்டார்கள்.

"என்ரை அப்பு..." அழுகைச் சத்தம் ஐந்து நிமிடத்திற்கு மேல் நீடித்தது. பிறகு, மூக்கைச் சீறிக்கொண்டு குளிக்கப் போனார்.

"இந்த விளக்கங் கெட்ட கறுப்பனை இன்னுங் காணேல்லையே!" மனோகரி கணேசனிடம் அங்கலாய்த்தாள்.

"வந்திடும்"

"அது பசி தாங்காது"

"நாளைக்கு கன வேலை கிடக்கு" கணேசன் எரிச்சலோடு சொன்னான்.

'அம்மாளாச்சி... திரும்பக் கொண்டுவந்து விட்டிடு' கூடத்தில் பெண்கள் மத்தியில் படுத்திருந்த மனோகரி வேண்டினாள். 'எங்கை ஆரிட்டைப் போய்ச் சாப்பாடு கேட்டு அடிவாங்குதோ...' ஓசையெழுப்பாது விசும்பினாள்.

நீட்டி நிமிர்ந்து படுத்திருந்த அருணாசலத்தாருக்கு மனோகரியின் விசும்பல் சத்தங் கேட்டிருக்கவேண்டும். படக்கென எழுந்து அமர்ந்தார். பெருவிரல் கால்கட்டை அவிழ்த்தார். கீழே விழுந்த சால்வையை எடுத்து தோளில் போட்டுக்கொண்டார். வெள்ளைக் காலுறைகள் சகிதம் கட்டிலிலிருந்து கீழிறங்கி மனோகரிக்குப் பக்கத்தில் கறுப்பனுடன் வந்து நின்றார். இப்போது அவருடைய கண்களும் பாசிப்பச்சை நிறத்திற்கு மாறியிருந்தன.

"மருமோள்....!" அந்த அழைப்பில் பழைய இனிமை இல்லை. கரகரவென்று... என்ன இது? குரலும் செத்துப்போகுமா?

மனோகரியின் இதயம் நெஞ்சுக்கூட்டை விட்டுக் குதித்து பந்தயக் குதிரைபோல பாய்ந்தோடத் தொடங்கியது. வீறிட்டுக் கத்தினாள். அந்த வீறிடல் தொண்டைக்குள்ளேயே செத்து மடிந்தது.

விருக்கென்று எழுந்து மாமனாரின் உடல் கிடந்த இடத்தைப்

பார்த்தாள். அவரில் ஒரு சலனமுமில்லை. குத்துவிளக்கின் சுடர் மட்டும் நடுங்கிக்கொண்டிருந்தது.

மனோகரிக்கு பயத்தில் மூச்சடைத்தது. பக்கத்தில் நல்லம்மா ஆச்சியும் மற்றவர்களும் ஆழ்ந்த உறக்கத்தில். நல்ல ஏற்ற இறக்கங்களோடு குறட்டைச் சத்தம் வேறு. 'எல்லோரையும் உலுக்கி எழுப்பினாலென்ன...?' அலைபேசியை அழுத்தி நேரத்தைப் பார்த்தாள். மணி மூன்றே கால்.

'கனவா? காலடி ஓசையும் குரலும் அவ்வளவு துல்லியமாய்...' குழம்பினாள்.

'ஆச்சி சொன்னது உண்மையாக இருக்குமோ?' அதன்பிறகு அவளால் உறங்கமுடியவில்லை! பயத்தோடு போர்வையை இழுத்து தலைமுதல் கால்வரை போர்த்திக்கொண்டாள்.

காலை எட்டு மணிக்கெல்லாம் பறை அதிரத் தொடங்கிவிட்டது. அமுங்கியிருந்த துக்கத்தை அந்தச் சத்தம் அடித்துக் கிளப்பியது. நாய்கள் கிலி கொண்டு ஓடித் திரிந்தன. பெட்டை நாய் சாமியறையின் கட்டிலுக்கடியில் பதுங்கியது. விரட்ட விரட்ட கதவை விலக்கி அறைக்குள்ளேயே சுற்றிச் சுற்றி ஓடியது. வீட்டின் பின்புறம் ஐம்பு மரத்தின்கீழ் பாயத் தயாராக ஆயத்த நிலையில் நின்றது பெடியன் நாய். பிணத்தைத் தூக்கும் ஆரவாரமும் அழுகுரலும் அமளிதுமளிப்பட, சாமியறையிலிருந்து பிய்த்துக்கொண்டு வெளியேறிய பெட்டை நாய் பின்புறத்தில் வாலை நுழைத்தபடி பிரதான வீதியை நோக்கி ஓடியது. பெட்டியைத் தோளிலேற்றி சவ ஊர்வலம் தொடங்கவும் வெடிச் சத்தத்தால் வீதி அதிரத்தொடங்கியது. அப்போது பெடியன் நாய், எல்லோரையும் தாண்டிக்கொண்டு பிண ஊர்வலத்துக்கு முன்னால் ஓடுவதை மனோகரி கண்டாள். சனத்தைத் தாண்டி ஓடும் நாயை எப்படிக் கூப்பிடுவது? கூடியிருக்கும் சனங்கள் அவளைப் பற்றி என்ன நினைப்பார்கள்? தயங்கினாள். கபிலனையும் காணவில்லை. கூரையின் மேல் தாவியதோ? மதிலேறிப் பாய்ந்ததுவோ? கபிலனும் நாய்களும் மாயமாய் மறைந்தே போயின!

"ஐயோ... பூலோகம் போதாதென்றா... பரலோகம் போனாய் ஐயா" நல்லம்மா ஆச்சியின் ஒப்பாரி மனோகரியின் நெஞ்சைப் பிளந்தது. பெண்கள் அவளைக் கட்டிப்பிடித்துக்கொண்டு ஒப்பாரி வைத்தார்கள்.

“மாமா...!” இனிக் காணமாட்டோம் எனும் துக்கம் திடீரென பெருஞ்சூறையாய் தாக்க மனோகரி மண்ணில் புரண்டு அழத்தொடங்கினாள்.

அடுத்தநாள், விறாந்தையின் மூலையில் மேசையைக் கொண்டுவந்து போட்டு கதிர்வேலும் அவருடைய மகனும் செத்த வீட்டுக் ‘கணக்கு வழக்கு’ பார்த்துக்கொண்டிருந்தபோது, சொத்துப் பிரிப்புக் கதை தொடங்கியது. திட்டமிட்ட தற்செயல் அது!

கதிர்வேலும் கந்தசாமியின் மனைவியும் வார்த்தைகளாலே சாமியாடினார்கள். கணேசன் தன் இயல்பின்படி மௌனமாக அமர்ந்திருந்தான். கண்களில் கசப்பு.

இடைமறித்து ஆச்சி சொல்லும்வரையில் அப்படியொன்று இருக்குமென ஒருவருக்கும் தோன்றவில்லை.

“வீடும் காணியளும் ஆருக்கெண்டு அண்ணர் எழுதி வைச்சிருந்தாலும் வைச்சிருப்பார். எதுக்கும் தேடிப் பாருங்கோ”

சூடேறிக்கொண்டிருந்த குரல்களை இடைநிறுத்தியது ஆச்சியின் ஆலோசனை.

பெரியவரின் நீலநிற ட்றங்குப் பெட்டியினுள் இருந்த உயிலில், வயற் காணி மூத்த மகனாகிய கந்தசாமிக்கும், தோட்டக் காணி கதிர்வேலுக்கும், வீடு கடைசி மகனாகிய கணேசனுக்கும் என எழுதப்பட்டிருந்தது. வீடுதான் எல்லாவற்றிலும் பெறுமதியானது என்பதை எல்லோரும் அறிவார்கள். அருணாசலத்தார் தன் அறுபத்திரண்டாவது வயதில் சேமிப்பையெல்லாம் கொட்டிக் கட்டிய வீடு அது. வீடெனச் சொல்வது வசதி கருதியே; அளவிற் சிறிய அரண்மனை.

“அப்பு” உயிலில் கணேசனின் கண்ணீர் விழுந்தது. மனோகரியும் கண்கலங்கினாள். அவளிடம் கூட மாமனார் இந்த விசயத்தைச் சொன்னதில்லை.

‘அமசடக்குக் கள்ளியள்’ மூத்தவரின் மனைவி முணுமுணுத்தது மனோகரியின் காதுகளில் விழவே செய்தது.

‘ஆண்டு அனுபவிக்க பிள்ளையளும் இல்லை’ எல்லோருக்கும் கேட்டது கதிர்வேலின் குமுறல்.

“நாங்கள் இந்தப் பட்டிக்காட்டிலை வந்து வயலும் தோட்டமுமா

செய்யப்போறம்?" கதிர்வேல் எகிறிக் குதித்தார்.

திருமணஞ் செய்த நாளிலிருந்து கந்தசாமிக்கு சொந்த அபிப்பிராயங்கள் இருந்ததில்லை. மனைவியால் அறிவிக்கப்படும் முடிவுகளை ஆமோதிப்பார். இப்போதும் விட்டத்தின் உயரத்தைக் கணக்கிட முயலும் விட்டேத்தியான பார்வை.

"இந்தப் பட்டிக்காட்டிலை வந்து நீங்கள் இருக்கவும் போறதில்லைத்தானே?" நல்லம்மா ஆச்சி கோபத்தோடு கத்தினார்.

உயிலைக் கண்டெடுத்த இரண்டு மணி நேரத்திற்குள்ளாகவே கணேசனின் சகோதரர்களும் மனைவிமாரும் கோபித்துக்கொண்டு போய்விட்டார்கள். மனோகரிக்கு ஒரே ஆறுதலாக இருந்த ஆருத்ராவும் போய்விட்டாள்.

நல்லம்மா ஆச்சிக்கு சந்தோசம்! உயில் தந்த மகிழ்ச்சியில் இன்னும் சில நாட்கள் மனோகரியோடு இருக்கலாம்.

ஆச்சி கூடவே இருப்பது பெரும் ஆறுதல்தான். ஆனாலும், ஆச்சியின் தொணதொணப்பைச் சமாளிக்க முடிந்த அளவு, மறதியைச் சமாளிக்க மனோகரியால் முடியவில்லை.

"பிள்ளை! தேத்தண்ணி வைக்கேல்லையா?"

"இப்பதானே குடிச்சம்"

"இவன் ராசதுரை செத்த வீட்டுக்கு வரேல்லை என்ன?"

"வந்து உங்களோடையும் கதைச்சிட்டுத்தானே போனவர்"

ஆனால், மருமகள் தனக்குச் செய்த கொடுமைகளையும், அதை மகன் தட்டிக் கேட்காததையும் மட்டும் நல்லம்மா ஆச்சி ஒருபோதும் மறந்ததில்லை!

அருணாசலத்தார் இறந்துபோய் இருபத்து மூன்று நாட்களாகிவிட்டன. கறுப்பன் இன்னும் வரவில்லை! பெட்டை நாயும் பெடியன் நாயும் கபிலனும் செத்த வீட்டிலன்று இரவே திரும்பி வந்துவிட்டன.

வீடு திரும்பும் வழியை கறுப்பனுக்குக் காண்பிக்கும்படி மனோகரி தெய்வங்களைப் பிரார்த்தித்தாள். திரும்பி வந்தால் பாலாபிஷேகம் செய்வதாக அம்மனுக்கு நேர்த்தி வைத்தாள். எல்லாவற்றைப் பார்க்கிலும், பசியோடு அலைந்து திரிந்து அடிவாங்குமோ என்ற

எண்ணமே அவளை துயருறப் பண்ணியது. நாளடைவில் அது இறந்துபோயிருந்தால் நல்லது என்று எண்ணத் தலைப்பட்டாள். அவளுடைய கவலையை யாரிடமும் பகிர்ந்துகொள்ளவும் முடியாது. 'போயும் போயும் ஒரு பூனைக்குட்டிக்கா...' சிரிப்பார்கள். தன்னை யாராலும் புரிந்துகொள்ள முடியாதென்பது மனோகரிக்குத் தெரியும்.

ஜன்னல் கம்பிகள் வழியே கண்களை ஓட்டினாள்.

'எங்கையடா இருக்கிறாய்?'

"என்னத்தைப் பிள்ளை தேடுறாய்?" இரவுச் சாப்பாட்டை முடித்துவிட்டு சோபாவில் படுத்திருந்த ஆச்சி கேட்டார்.

"பூனை..."

"பூ...ஊனை" ஆச்சியின் பல்லில்லாத வாய்க்குள் பூனையால் நுழைய முடியவில்லை.

"கறுத்தப் பூனையள் ஆவியளோட நல்ல வாலாயம்" மீண்டும் ஆரம்பித்தார்.

"ஆச்சி கொஞ்சநேரம் சும்மா இருக்கமாட்டியளா?" வழக்கமில்லாத வழக்கமாக சினந்தாள்.

"அது இப்ப சுடலைக்குள்ளை சுத்திக்கொண்டு திரியும். வாறதெண்டா அண்ணற்றை முப்பத்தொண்டுக் காரியம் முடிஞ் சவுடனை திரும்பி வந்திடோணும். இல்லையெண்டா அந்தப் பூனை ஒருநாளும் வராது" குடுகுடுப்பைக்காரன் குறி சொல்வதுபோல ஆச்சி சொன்னார்.

அவரது நெற்றியில் பூசப்பட்டிருந்த திருநீறு பெருகி சாம்பலாய் கொட்டியது. மனோகரி ஒருகணம் கண்களைக் கசக்கிவிட்டுப் பார்த்தாள். ஆச்சி ஈரக் கையால் பூசியிருப்பார்போல. திருநீறு வெண் பட்டையாக அப்பிக் கிடந்தது.

அயர்ச்சியோடு எழுந்து போர்ட்டிகோவுக்குப் போனாள்.

வெளியிலும் புழுங்கியது. ஓரிலையும் அசையவில்லை. இருளைக் குடித்தாற்போல செடிகொடிகள் மயங்கி நின்றன.

திடீரென கறுப்பன் கத்தும் ஓசையை மனோகரி கேட்டாள். அதன் கத்தல் அவளுக்குத் தனியாகத் தெரியும். கபிலனுடையதைப்

போல் தடித்த ஆம்பிளைத்தனமான குரல் இல்லை அது. தணிந்த, கெஞ்சுகிற குழந்தைக் குரல்.

நெஞ்சு பதைக்க முற்றத்துக்கு ஓடினாள்.

"பூஸ்...! பூஸ்!"

மல்லிகைச் செடி அசைந்ததை மனோகரி கண்டாள். இல்லை... யாரோ தட்டிவிட்டுக் கடந்து சென்றாற்போல மல்லிகைச் செடியின் ஒரு கிளை மட்டும் அசைந்தது. காற்று வீசவில்லை. ஏனைய செடிகளும் மரங்களும் கல்லாலானவை போல நிற்கின்றன. வயிற்றுக்குள் பயத்தின் அமிலம் சுரந்தது.

"பூஸ்...! பூஸ்...!" மீண்டும் கூப்பிட்டாள்.

வளவின் மூலையில் மண்டிக்கிடந்த இருளினுள், நாய்க்கூண்டருகில் இரண்டு ஒளிப்பொட்டுக்கள் மினுங்கின. கறுப்பனா? கறுப்பனென்றால் கூப்பிட்ட குரலுக்கு வராமல் ஏன் அங்கேயே நிற்கிறது? மனோகரியின் உடல் நடுங்கியது.

பூனையோ அரையடி உயரமும் வராது. ஒளிப்பொட்டுக்களோ நாய்க்கூண்டின் கூரையளவு உயரத்தில் நின்றன.

"பூஸ்!" வாயசைந்தது. குரல் எழும்பவில்லை!

சாமியறைக்குள் ஓடினாள். மாமனாரின் புகைப்படத்திற்கு முன்னால் போய் நின்று கண்ணீர் பெருக்கினாள்.

"உங்களுக்கு ஏதும் குறை வைச்சமா?"

மறுநாளும் கறுப்பனின் குரலை அவள் கேட்டாள். ஆனால், அதைப் பார்க்க முடியவில்லை.

அன்றிரவு கண் விழித்தபோது தொண்டை வறண்டிருந்தது. தலைமாட்டில் துழாவினாள். வெறுமையான தண்ணீர்ப் போத்தல் உருண்டது. கணேசன் முழுவதையும் குடித்துத் தீர்த்திருக்க வேண்டும். சமையலறைக்குள் போய் மின்விளக்கின் ஆளியைத் தட்டினாள். எரியவில்லை. மின்சாரம் போயிருந்தது. நிலவொளி யன்னல் வழியாக உள்ளிறங்கி சமையலறைத் தரையில் கீற்றுக் கோலம் போட்டிருந்தது. அந்த வெளிச்சம், பெரிய போத்தலிலிருந்து தண்ணீரை வார்க்கப் போதுமானது. தண்ணீரை எடுத்துக்கொண்டு படுக்கையறைக்குத் திரும்பும்போது உள்ளுணர்வின் உந்துதலால் திரும்பிப் பார்த்தாள்.

விறாந்தை சுவர்மீது படர்ந்திருப்பது என்ன? பார்த்துக்கொண்டிருக்கையிலேயே காற்றால் விரட்டப்படும் மேகங்கள்போல நிழலும் ஒளியும் குழம்பி பூனையுருவாய் நிலைகொண்டன. பாயத் தயாரான நிலையில் நின்றது பூனை!

மனோகரி 'ஐயோ!' என்று கத்தியபடி அறைக்குள் ஓடிப்போய்க் கதவைப் பூட்டிக்கொண்டாள். கணேசன் ஆழ்ந்து உறங்கிக்கொண்டிருந்தான். அவனை எழுப்ப மனதின்றி நடுங்கியபடி நெடுநேரம் அப்படியே அமர்ந்திருந்தாள்.

"கண் சிவந்து கிடக்கு. இரவு நித்திரை கொள்ளேல்லையா?" கேட்ட ஆச்சியை அவள் வெறித்துப் பார்த்தாள். இரவு கண்ட காட்சி தனது பிரமையே என நம்ப விரும்பினாள்.

முப்பத்தோராம் நாள் அந்தியேட்டிக் கிரியைக்கு வந்த கதிர்வேலும் மனைவியும் பங்காளி பகையாளி போல முகத்தைத் தூக்கிக் கொண்டு திரிந்தார்கள். ஆருத்ராவைக் கூட்டி வரவில்லை. மதியச் சாப்பாடு முடிந்தவுடனேயே கிளம்பியும் போய்விட்டார்கள். கந்தசாமி கொள்ளிக் கடமை முடிந்ததும் அமெரிக்காவுக்குத் திரும்பிப் போய்விட்டார்.

நல்லம்மா ஆச்சி உண்ட களைப்பில் உறங்கிக்கொண்டிருந்தார்.

அத்தனை பேர் வந்து சாப்பிட்டுப் போனபிறகும் சமையலறைக்குள் உணவுப் பண்டங்கள் குவிந்து கிடந்தன.

படையல் பெரிதே! என்னவெல்லாம் அருணாசலத்தாருக்குப் பிடிக்குமோ அத்தனையும்.

மதியமும் மாலையுமற்ற இடைப்பொழுதாகிய மூன்றரை மணிக்கு சற்றே உடலைச் சாய்க்கலாம் என்று அறைக்குள் போகக் காலெடுத்த மனோகரி மாடிப்படிகளில் நிழலொன்று நீண்டு வளர்ந்திருப்பதைக் கண்டாள். முதல்நாளிரவு கண்ட காட்சி தன் பிரமையிலிருந்து தோன்றியதல்ல என்று உணர்ந்ததும் அங்கிருந்து ஓடக் கால் பெயர்த்தாள். கறுப்பனின் தீனமான குரல் அவளை நிறுத்தியது. நெஞ்சை நகங்களால் கீறுவதுபோல அது மீண்டும் மீண்டும் கத்தியது. 'என்ன ஆனாலும் ஆகட்டும்...' துணிவைத் திரட்டிக்கொண்டு திரும்பினாள். முதன்முதலில் எங்கே தோன்றியதோ அதே இடத்தில் அவ்விதமே உடலைக் குறுக்கியபடி கறுப்பன் அமர்ந்திருக்கக் கண்டாள்.

'இதுவும் பிரமைதான்' நினைத்தாள்.

கறுப்பன் மனோகரியைத் தன் குழந்தைக் கண்களால் பார்த்தது.

"கடவுளே....!" மனோகரி தன்னை மறந்து உரத்துக் கத்தியபடி ஓடிச்சென்று அதைத் தூக்கினாள்.

கறுப்பனின் உடலில் உயிர் மீந்திருந்தது. அவ்வளவுதான். தன் சக்தியையெல்லாம் திரட்டிக்கொண்டு அங்கு வந்து சேர்ந்திருக்கவேண்டும். படிகள் தாண்டி இறங்கி வரக்கூட இயலவில்லை. வயிறு உடலோடு ஒட்டிப் போயிருந்தது. முதுகில் மயிர் பொசுங்கிய அடையாளம். காதடியில் பிய்ந்து உட்சதை செந்நிறத்தில் தெரிந்தது. விரட்டிய விலங்குகளால் ஏற்பட்டதோ? அலைந்த சுடலைகளின் காட்டுச் செடிகளால் உண்டான காயமோ? தடவிக் கொடுத்தாள்.

அவளிடமிருந்து இறங்க கறுப்பன் முற்படவில்லை!

"அந்தரிச்சு வீட்டைச் சுத்திக்கொண்டு நிண்ட ஆவி போயிட்டுது. அதுதான் பூனை திரும்பி வந்திருக்கு." நல்லம்மா ஆச்சி சொன்னார்.

மனோகரியிடம் பல கேள்விகள் இருந்தன. ஆனால், பதில்களால் அடைய முடியாத திருப்தியை கறுப்பனின் மீள்திரும்புகை அவளுக்கு அளித்தது.

"அப்பு செத்த அண்டைக்குக் காணாமப் போன பூனை அந்தியேட்டி அண்டைக்குத் திரும்பி வந்திருக்கு. பூனையென்ன கலண்டர் பாத்தா வந்திருக்கும்? ஆச்சி சொல்லுறதிலை ஏதோ இருக்கு" கணேசன் ஆமோதித்தான்.

"மியாவ்" என்றபடி அவளைப் பார்த்தது கறுப்பன். அருணாசலத்தாரின் விழிகளின் சாயல், கறுப்பனின் விழிகளில் நொடிப்பொழுது பளிச்சிட்டு மறையக் கண்டு குழம்பிப்போய் நின்றாள் மனோகரி.

●

காத்திருப்பு

வெயில் எரிக்கும் ஜூலை மாதத்தின் பின்மதியப் பொழுதொன்றில், அப்போதுதான் பள்ளிக்கூடத்திலிருந்து திரும்பி வந்து சாப்பிடவென்று குசினிக்குள் அமர்ந்த கோகுலனை, அம்மாவிடமிருந்து பிரித்து ஜீப்பினுள் இராணுவம் எறிந்தபோது அவனுக்கு வயது பதினேழு. உள்ளங்கைக் குழி கொள்ளுமளவு எண்ணெய் வைத்து வாரினாலும் அடங்காத அடர்ந்த தலைமயிரில் ஒருவனும் கால்களில் இருவருமாகப் பிடித்துத் தூக்கிக்கொண்டுபோய் எறிந்தார்கள். அப்போது கோகுலனின் அப்பா வயலுக்குப் போயிருந்தார். கதறியபடி ஜீப்பினருகில் ஓடிச்சென்ற ஞானம்மாவை ஒருவன் ஓங்கி அறைந்தான். உலர்ந்த சருகொன்று கிளையிலிருந்து மண்ணில் வீழ்வதென அவர் ஓசையெழுப்பாது புழுதியில் சரிந்தார். ஜீப்பின் கதவு அவருடைய வாழ்வின்மீது அறைந்து சாத்தப்பட்டது. எழுந்தபோது அவரது கணவர் இடிந்துபோனவராக அருகில் அமர்ந்திருந்தார். வீடு இருண்டு கிடந்தது. ஆயிரத்துத் தொள்ளாயிரத்து எண்பத்தி ஆறாம் ஆண்டு வெளியேறிய ஒளி மறுபடியும் அந்த வீட்டுக்குள் திரும்பிவரவில்லை.

அதன்பிறகு ஞானம்மா உறங்கியதேயில்லை என்று ஊருக்குள் ஒரு கதையுண்டு. ஆனால், எப்போதாவது உறங்குகிறார். அதனால் உயிரோடு இருக்கிறார். பெரும்பாலும் கோழித்தூக்கம். அசதியினாலோ, கவலை மிகுதியினாலோ அவர் கண்ணயரும்போது முற்றத்தில் 'அம்மா!' என்று அவன் அழைப்பது கேட்கும். எழுந்து ஓடுவார். படலையை நெருங்கும்போதே தெரிந்துவிடும் அவன் இல்லை என்பது. ஆண்டுக்கணக்கில்

நடந்துகொண்டேயிருப்பவரைப் போல தளர்ந்துபோன உடலைச் சுமந்துகொண்டு திரும்பிவருவார்.

"அம்மா! பசிக்குது. சாப்பாட்டைத் தாணை"

"அம்மா! என்ரை சீப்பைக் கண்டனீங்களா?"

"அம்மா! இண்டைக்கு ரியூசன் இருக்கு. நேரஞ் செண்டுதான் வீட்டை வருவன்"

கோகுலனின் குரலை அவர்களால் சிறைப் பிடித்துக்கொண்டு போக முடியவில்லை. அது வீடெங்கும், வளவெங்கும் நிறைந்து நின்று அம்மாவைக் கூப்பிட்டது. குரல் ஒலிக்கும் திசைகளில் தலை திரும்பும். கால்கள், குரலுக்குரியவனைத் தழுவுதற்காய் எழுந்தோடும். கோகுலனை இராணுவம் பிடித்துக்கொண்டு போகும்போது ஞானம்மாவுக்கு முப்பத்தேழு வயது. சிரமப்பட்டேனும் ஓட முடிந்தது. ஆண்டுகள் வளர்ந்து, தலை வயதுக்கு மீறி வெளுத்து, தோல் சுருங்கி, கண்களில் பூ விழுந்த பிறகு அவரால் ஓடமுடியாது போயிற்று. இருந்த இருப்பில் தலையை மட்டும் திருப்பி "இந்தா வாறன் அப்பன்" என்றபடி தரையில் கைகளை ஊன்றி எழுந்திருப்பார். இது நெடுநாள் தொடர்ந்தது. கோகுலனின் தகப்பனால் இந்தப் பரிதாபத்தைச் சகித்துக்கொள்ள முடியவில்லை.

"அவனை விட்டிடுவாங்கள். நீ உன்ரை மனசை விட்டிடாதையப்பா!" அவர் மன்றாடிக் கேட்பார். கண்கள் நிறைந்து பெருக 'உண்மையாகவா?' என்பதாக ஞானம்மா பார்ப்பார். அப்படிப் பார்க்கும்போது, ஒரு தாயின் கண்கள் குழந்தையினுடையதாக மாறியிருக்கும்.

ஆனால், மனைவியின் வேதனையை அவரால் உணரமுடியும். ஊரையும் உறவுகளையும் மீறி இரவோடிரவாக ஞானம்மாவைக் கூட்டிக்கொண்டு விசுவமடுவுக்கு ஓடிப்போனபோதிருந்த காதல் இன்னும் குறையவில்லை. அடைக்கலம் கொடுத்த நண்பனின் வயல் காவற்கொட்டிலில் நிகழ்ந்த கலவியில் கருவான பிள்ளை கோகுலன். மல்லாந்து கிடக்கையில், கிடுகினூடே தெரிந்த நிலவு ஒரு கீற்றாக மாறி தன் வயிற்றினுள் தங்கியதாய் ஒருதடவை ஞானம்மா தன் கணவரிடம் சொன்னார். மூன்று மாதக் குழந்தையான கோகுலனைக் கையிலேந்தி யாழ்ப்பாணத்திற்குத் திரும்பியபோதும் உறவுகள் அவர்களை ஏற்றுக்கொள்ளவில்லை.

கோகுலனுக்குப் பிறகு வயிற்றில் தங்கியதெல்லாம் அழிந்தன. இவன்தான் மிஞ்சிய ஒற்றைக்குஞ்சு! தாயின் நிறத்தையும் தகப்பனின் உயரத்தையும் கொண்டு பிறந்திருந்தான். சுருள் முடியும் மருட்டுகிற கண்களும் கொண்ட அழகன். கோயில் திருவிழாக்களில் அவனுடைய வயதுக்குத் தோதான பெண்கள் அவனைப் பாராததுபோல பார்ப்பதை அம்மா பெருமையோடு கவனித்திருக்கிறார்.

அவர்களிலொருத்தியின் புகைப்படத்தை, அவன் பிடித்துச் செல்லப்பட்டு நான்கு மாதங்களுக்குப் பிறகு பாடப் புத்தகங்களைத் தூசி தட்டும்போது ஞானம்மா கண்டெடுத்தார். அவள் நாவல் நிறப் பாவாடையிலும் சிவப்பு நிறத் தாவணியிலும் வெட்கப்பட்டுக்கொண்டு நின்றாள். அந்தப் புகைப்படத்தை எடுத்தவன் கோகுலனாகவே இருக்கவேண்டும். அந்தப் பெண், அபிராமி, முருகன் கோயில் கணக்கப்பிள்ளை சிவசேகரத்தின் இரண்டு மகள்களில் மூத்தவள். கோயிலின் பின்புறம் வயல்வெளிகளுக்கு அப்பால் அவளுடைய வீடிருந்தது. கோயில் தூண்கள் ஏதாவதொன்றில் சாய்ந்தபடி இரகசியமாக கண்ணீர் சிந்துபவளாக மாறிவிட்ட அவளை ஞானம்மாகவனிக்கத் தொடங்கினார். ஞானம்மாவைக் காணுந்தோறும் அந்த அழகிய கண்களில் கண்ணீர் பெருக்கெடுக்கும்.

'முருகா! இந்தப் பிள்ளையளைச் சேத்து வை' அம்மா இறைஞ்சினார்.

ஒருமுறை, அபிராமி தற்செயலாகவோ, வேண்டுமென்றோ ஞானம்மாவுக்கருகில் வந்து அமர்ந்தபோது அவளது கைகளைத் தொட்டு "கெதியா வந்திடுவான்" என்றார். பிறகு, கோயிலிலிருந்த எல்லோரும் திரும்பிப் பார்க்கும்படி பெருங்குரலெடுத்துக் குமுறியழுதார்.

அந்தப் பெண் அதிர்ச்சியோடும் துக்கத்தோடும் மருண்டபடி எழுந்து நின்றது. ஞானம்மா, தரையில் தலை அடிபட மயங்கி விழுந்தார். அங்கிருந்தவர்கள் அவரைத் தூக்கி சுவரில் சாய்த்து தண்ணீர் தெளித்து வீட்டில் கொண்டுபோய் விட்டார்கள்.

தன் கணவர் நித்திரையில் செத்துக் கிடந்ததை ஒரு அதிகாலையில் ஞானம்மா கண்டுபிடித்தார். மரணம் அவரை பிரிவின் நெருப்பிலிருந்து விடுவித்திருக்க வேண்டும். அப்படியொரு புன்னகையோடு கிடந்தார்.

ஞானம்மாவுக்கும் சாவதற்கு விருப்பந்தான். இப்படி அனுதினமும் காத்திருப்பதைவிட மரணம் உத்தமமென்றே எண்ணினார். ஆனால், திடீரென்று ஒருநாள் இந்தப் படலையை கோகுலன் தன் வழக்கப்படி ஓசையெழத் தள்ளிக்கொண்டு வந்து "அம்மா" என்று கூப்பிடும்போது தான் இல்லாமற் போனால் அவனுடைய மனம் துயரத்தில் சுருங்கிப்போகுமே... ஐயோ! அந்தக் காட்சியை அவரால் கற்பனை செய்து பார்க்கவே முடியவில்லை!

நோயிலிருந்தும் தீமைகளிலிருந்தும் பொத்திப் பொத்தி வளர்த்த பிள்ளையை ஒரு நொடியில் யாரோ வந்து தன் கைகளிலிருந்து கவர்ந்துகொண்டு செல்லமுடியும் என்பதை அவரால் நம்பவே முடியவில்லை. ஒரு நூலைப் பிரித்தால் சரசரவென பிரிந்துகொண்டே போகும் துணியைப் போலாகிவிட்டார்.

சிறைச்சாலைகளின் வழிகளெல்லாம் அவருக்கு இப்போது தெரியும். மேலும், சில சிங்கள வார்த்தைகளையும் கற்றுக்கொண்டுவிட்டார். கோகுலனை அவர் தேடித்திரியாத முகாம்களில்லை; சிறைச்சாலைகளில்லை எனும்படியாக அலைந்தார். இந்த உலகத்தில் அப்படியொருவன் பிறக்கவே இல்லையென்ற முகபாவத்தோடு எல்லோரும் கைவிரித்தார்கள். சிறைச்சாலைகளின் வாயிற்காப்போன்களுக்கு ஞானம்மாவின் முகம் பரிச்சயமாகிவிட்டது.

"ஆ... அந்த மனுசி திரும்பவும் வந்திட்டுது" ஒருவன் அலுப்போடு சொல்கிறான்.

"இல்லாத பிள்ளையைத் தேடித் திரியும் தாய்" மற்றவன் சற்று பரிதாபத்துடன் முணுமுணுக்கிறான். பதிலளிப்பதற்காக சலிப்பு படர்ந்த முகத்தோடு அவன் எழுந்து நிற்கிறான். நொடியில் பதிலைத் தயார்செய்து இயந்திரத்தனமாக ஒப்பிப்பான். விடிவதற்கு முன்னால் எழுந்திருந்து நானூறு கிலோ மீற்றர்களைக் கடந்துசென்று அந்த அசிரத்தையான பதிலைக் கேட்டுவிட்டு நள்ளிரவுக்கு சற்று முன்னதாக வீடு திரும்புகிறார் ஞானம்மா. அகாலத்தில் தெருநாய்கள் குரைக்கும் சத்தம் கேட்டால், 'பாவம் இந்த மனுசி' என்ற வார்த்தைகளோடு ஊர் புரண்டு படுக்கிறது.

ஞானம்மாவின் அவலத்தையும் அலைச்சலையும் காணச் சகிக்காத பக்கத்து வீட்டு கணேசரத்தினம் மாஸ்டர் அவரைக் கூட்டிக்கொண்டு அலைகிறார். அவருக்கு சிங்களம் தெரியும். ஒருதடவை போனபோது, வெலிக்கடைச் சிறைச்சாலையின் அதிகாரியொருவர் கணேசரத்தினத்தைத் தனியாக அழைத்து,

கோகுலனை ஆயிரத்துத் தொளாயிரத்துத் தொண்ணூற்றைந்தாம் ஆண்டு ஏப்ரல் மாதம் தாங்கள் விடுதலை செய்துவிட்டதாகக் கூறினார். புகைப்படத்தைப் பார்த்து 'இவன்தான்' என்று அந்த அதிகாரி உறுதியாகச் சொன்னார். கணேசரத்தினம் குழம்பிய முகத்தோடு ஞானம்மாவிடம் திரும்பிவந்தார்.

"என்னவாம்?" அடிவயிறு கலங்கக் கேட்டார்.

"அவனை எப்பவோ விட்டிட்டாங்களாம்"

"எப்பவோ எண்டால்...?" ஞானம்மாவின் முகத்துக்கு அந்தப் பரிகாசப் புன்னகை கொஞ்சமும் பொருந்தவில்லை.

"தொண்ணூற்றைஞ்சிலை"

ஞானம்மா சிரித்தார்.அவருடைய கணவர் குடித்துவிட்டு வந்து குடிக்கவில்லை என்று கள்ளச்சத்தியம் பண்ணும்போது ஒரு சிரிப்புச் சிரிப்பாரே... அந்தச் சிரிப்பு!

தொண்ணூற்றைந்தில் யாழ்ப்பாணமே வன்னிக்கு இடம்பெயர்ந்து போனபோது ஞானம்மா போகவில்லை. பெண்களும் ஆண்களும் முதியவர்களும் கர்ப்பிணிகளும் நோயாளிகளும் பூப்பின் உதிர மணம் மாறாத சிறுமிகளும் வளர்ப்புப் பிராணிகளும் வாகனங்களும் மாட்டுவண்டிகளும் சைக்கிள்களுமாய் வீதிகள் நெரிசலில் திணறின. நீரேரிகள் சனவெள்ளத்தால் நிறைந்தன. மழை வேறு அவர்களைத் துரத்தியது. ஆனால், அவையெவற்றாலும் ஞானம்மாவின் வைராக்கியத்தை அசைக்கமுடியவில்லை.

அன்று கந்த ஷஷ்டி விரத கடைசி நாள். ஞானம்மா கோயிலுக்குப் போய்விட்டு வந்திருந்தார்.

"அம்மா நீங்கள் வரேல்லையா?" வேரைப் பெயர்த்துக்கொண்டு உயிர்பயத்தோடு வெளியேறி ஓடிய சனங்களில் சிலர் நின்று கேட்கத்தான் செய்தார்கள். கணேசரத்தினம் மாஸ்டரும் அவருடைய மனைவியும் எவ்வளவோ வற்புறுத்தியும் ஞானம்மா அவர்களோடு போக மறுத்துவிட்டார். ஊரே காலியானபிறகும் அவர் தன் மகனுக்காகக் காத்திருந்தார்.

"வெளிக்கிடேல்லையா?" என்று போராளிகள் வந்து அருட்டியபோதும் அவர் அசையவில்லை.

"நான் எங்கையும் போகேல்லையே! பிடிச்சுக்கொண்டு

போனவன் விட்டிருந்தா என்ரை மேன் என்னைத் தேடி வராமல் வேறை எங்கை போவான்?” சீறிப் பாய்ந்தார்.

‘இந்த மனுசிக்கு விசர்’ கணேசரத்தினம் முணுமுணுத்தார்.

வன்னிக்கு இடம்பெயர்ந்து சென்றவர்கள் பிறகொருகாலம் திரும்பிவந்தார்கள். ஞானம்மா உயிரோடுதானிருந்தார்.

அவரைக் காணும் ஊராரின் கண்களில் சிறைப்பிடிக்கப்பட்டவனின் தாய் என்ற வலியை விட்டுச் செல்கிறார். கோயில்களில் தங்கள் பிரார்த்தனைகளோடு அவருக்காக வேண்டிக்கொள்பவர்கள் இன்னும் அற்றுப்போய்விடவில்லை. “சாப்பிட்டுப் போவெனணை” முகாம் முகாமாக மகனைத் தேடித் திரிந்து களைத்து ஊருக்குள் நுழைந்து எங்காவது காலாறி நிற்கும்போது எவராவது ஞானம்மாவைக் கேட்பர். மறுத்துவிடுவார். அனுதாபச் சோற்றை அவர் ஒருநாளும் விரும்பியதில்லை.

“கோகுலனை இயக்கப் பெடியளோட சித்தங்கேணியில கண்டனான்” பண்டத்தரிப்பிலிருந்து ஒரு உறவினர் வேகாவெயிலில் களைக்கக் களைக்க சைக்கிள் மிதித்துக்கொண்டு வந்து சொன்னார்.

ஞானம்மா அவரை ஒரு பார்வை பார்த்தார்.

“முதல்ல தேத்தண்ணியைக் குடியுங்கோ” ஞானம்மாவின் முகத்தில் ஒரு மாறுதலும் இல்லாததைக் கண்ட அவர் வெறுத்துப்போனார்.

வடமராட்சியில் இயக்கக் கூட்டமொன்றில் கோகுலன் உரையாற்றியதைத் தான் கண்டதாக வேறொருவர் சொன்னார். அவர்களுக்கெல்லாம் ஞானம்மா மீண்டும் மீண்டும் ஒரே பதிலையே கூறினார்.

“என்ரை பிள்ளை என்னைப் பாக்க வராமல் எங்கையும் போகாது”

வேலியோரத்தில் கிளைபரப்பி நிற்கும் தேக்கு மரத்தைக் காட்டிலும் அவரது நம்பிக்கை வைரம் பாய்ந்தது.

ஒருநாள் விடிகாலை. விறாந்தையில் குறைநித்திரையில் கிடக்கிறார் ஞானம்மா. படலையையோ, வீட்டையோ அவர் பூட்டுவதில்லை. சில பழைய உடுப்புகளையும் கோகுலனின் பாடப்புத்தகங்களையும் காணி உறுதிகளையும் தவிர அங்கு

களவுபோக ஏதுமில்லை. தலைமாட்டில் நிழலாட்டம்... 'கனவு' புரண்டு படுக்கிறார்.

விறாந்தைக் கதவை யாரோ மெதுவாகச் சாத்தும் சத்தம். துருப்பிடித்த திறாங்குகள் அதற்கு ஒத்துழைக்கவில்லை. கிறீச்சிடுகின்றன.

"ஆரது?"

எழுந்தமர்கிறார். சட்டென எழுந்ததால் கிறுதியில் தலை சுற்றுகிறது. என்றாலும் சமாளித்துக்கொண்டு பார்க்கிறார். ஒருவருமில்லை. முற்றத்திற்குப் போகிறார்.அங்கும் யாருமில்லை. தெருவிலோடிப் பார்க்கிறார். பசு மாடொன்று தெருவோரத்தில் முளைத்திருந்த புல்லை சாவதானமாகக் கருமிக்கொண்டிருந்ததைத் தவிர்த்து ஒரு சிலமனுமில்லை.

ஆனால், வாசலருகில் மோட்டார் சைக்கிள் வந்துபோன தடயம்.

'யாராயிருக்கும்? ஒருவேளை... ச்சாய்!' மீண்டும் நப்பாசையோடு தெருவில் விழிகளை ஓட்டுகிறார்.

எங்கிருந்தோ தாலாட்டின் ஓசை...

"மகனே... என் மகனே!" வயிறு விம்மித் தணிகிறது.

அந்த இரண்டறை வீட்டில் ஓரறை கோகுலனுடையது. ஒவ்வொரு நாட்களும் சில மணித்தியாலங்களையாவது அந்த அறைக்குள் செலவழிக்கிறார். அவனுடைய பொருட்களுடன் இருப்பது அவனுடன் இருப்பதைப்போல இல்லைத்தான். ஆனாலும், ஏதோவோர் ஆசுவாசம்.

கோகுலன் போனபிறகு அந்த றேடியோவை யாரும் தொடுவதில்லை. பாடல்கள் செத்துப்போன வீடாய் அது மாறிவிட்டது. கோகுலனின் தகப்பன் உயிரோடு இருந்த காலத்தில் செய்தி கேட்கக்கூட அதை அவர் போடுவதில்லை. அவனுடைய புத்தகங்களை சேலைத் தலைப்பினால் தூசி தட்டி, இருந்ததுபோலவே மறுபடியும் அடுக்கிவைக்கிறார் ஞானம்மா. அவனை அவர்கள் பிடித்துச் செல்லும்போது ஹாங்கரில் தொங்கிக்கொண்டிருந்த இரண்டு சேர்ட்களையும் ஆரம்பத்தில் துவைத்துத் துவைத்து கொழுவி வைத்தார். அப்போது அவன் சில நாட்களில் விடுதலை செய்யப்பட்டுவிடுவான்

என்று அவருக்கு நம்பிக்கையூட்டப்பட்டிருந்தது. அடிக்கடி துவைத்ததில் அந்த சேர்ட்கள் நைந்துபோகவும் அவற்றை மடித்து அவனுடைய சூட்கேசினுள் வைத்துவிட்டார். அதிலொன்றை, கைது செய்யப்பட்ட அன்று மாலை அவன் ரியூசனுக்கு அணிந்துசெல்வதாக இருந்தான். அவனுடைய றலி சைக்கிள் தாழ்வாரத்தில் சாத்தியபடி நின்று துருப்பிடிக்கத் தொடங்கியது. நல்ல விலைக்கு வாங்கிக்கொள்வதாய் எத்தனையோ பேர் வந்து கேட்டார்கள். ஞானம்மா மறுத்துவிட்டார். நாளடைவில் இரும்புத்துகள்களாக உதிர்ந்து முடிந்தது சைக்கிள். அவனுடைய எந்தவொரு நினைவையும் அவர் கலைக்க விரும்பவில்லை. அவன் விட்டுச் சென்றது போலவே திரும்பிவரும்போதும் அவனுடைய அறையும் பொருட்களும் இருக்கவேண்டும். அவன் ஆச்சரியப்படும்போது, "என்னணை அம்மா" என்றபடி ஒருவிதமாக தலையை பின்னுக்குச் சரித்து செல்லம் வழியச் சிரிப்பான். அந்தச் சிரிப்பைக் காண்பதற்காகத்தான் ஆண்டுகளாக அம்மா காத்துக்கொண்டிருக்கிறார்.

நீண்ட நாட்களாக அபிராமியையும் கோயிலில் காணவில்லை. அவளுக்கு இருபத்தேழு வயதாகியும் திருமணம் கூடிவரவில்லை என்று கோயிலுக்குள் சில பெண்கள் கூடியிருந்து கதைத்தது ஞானம்மாவின் காதுகளில் விழுந்தது. கேட்டும் கேளாதவர்போல இருந்தார்.அபிராமிக்கு இருபத்தெட்டு... இருபத்தொன்பது... முப்பது... என்று வயது கூடிக்கொண்டே போக அந்தப் பெண்களின் வம்பும் வளர்ந்தது. அவளைப் பார்க்க வரும் மாப்பிளைகளிலெல்லாம் ஏதாவதொரு குற்றங் கண்டுபிடித்து மறுதலித்துவிடுகிறாளாம். தான் மட்டுமே அறிந்த இரகசியமொன்று குறுகுறுக்க அம்மா தனக்குள் சிரித்துக்கொண்டார். மூத்தவளுக்குக் கல்யாணம் நடக்காமல் இளையவளுக்கு எப்படிச் செய்வது? சிவசேகரத்தாரின் மனைவி தற்கொலை செய்துகொள்வதற்காக கிணற்றடி வரை ஓடி, யாரும் பிடிக்கப்போகாததால் வழியிலேயே நின்றுவிட்டாராம். இதைச் சொன்னதும் அந்தப் பெண்கள்தான். அவர்கள் 'தாயை கொல்லப்போகிறாள்' என்று அபிராமியை வசைபாடத் தொடங்கிவிட்டார்கள். உறுத்தலும் நம்பிக்கையும் கலந்தவோர் உணர்வுடன் ஞானம்மா அந்த வசையைக் கேட்டுக்கொண்டிருந்தார்.

'அவனைப் பாத்த கண்ணாலை வேறொருத்தனைப் பாக்கேலுமே! என்ரை பிள்ளை திரும்பி வந்தோடனை சிவசேகரம் வீட்டை போய் அந்தப் பெட்டையைக் கைப்பிடியாய்க் கூட்டியந்திடோணும்'

அவருடைய கற்பனை மீதொரு கல் விழுந்தது. சின்னக் கல் இல்லை; பாறாங்கல். அபிராமிக்கு முருகன் கோயிலில் வெகு விமரிசையாக கல்யாணம் நடந்தது. முப்பத்தொரு வயதுப் பெண்ணுக்குத் தோதாய் முப்பத்தைந்து வயது மாப்பிள்ளை. கனடாக்காரன். சிவசேகரமும், கிணற்றுக்குள் பாயப்போய் இடைநடுவில் நின்றுவிட்ட அவருடைய மனைவியும் வீடு தேடி வந்து திருமண அழைப்பிதழைக் கொடுத்தார்கள்தாம். ஞானம்மா போகவில்லை. மகனின் காதலியை மற்றொருவனின் மனைவியாகப் பார்க்க அவருடைய மனம் ஒப்பவில்லை. அபிராமியையும் அவளது புருசனையும் கடைத்தெருவில் ஒருநாள் கண்டார். பழைய அபிராமி இல்லை அவள். பிஞ்சுத்தோல் முற்றி, கழுத்தெலும்பு வெளித்தள்ளி ஆளே மாறிப்போயிருந்தாள். புருசனோடு பேச்சும் சிரிப்புமாக வந்தவளின் சிரிப்பு சட்டென உறைய குற்றவுணர்வோடு கோகுலனின் அம்மாவைப் பார்த்தாள். பதிலாக, ஒரு வெறும் பார்வையை எறிந்துவிட்டு அவர் வீடு வந்து சேர்ந்தார்.

'அவன் வரமாட்டானெண்டு நீயும் முடிவு செய்திட்டியா?' பொருமினார்.

'அவளுந்தான் என்ன செய்வாள்?' பெருமூச்செறிந்தார். கோகுலனை அவர்கள் பிடித்துக்கொண்டு போகும்போது அபிராமிக்கு பதினாறு வயதிருக்குமா? பதினைந்து நெடிய ஆண்டுகள் அவள் காத்திருந்தாள். அவன் வரவேயில்லை.

'ஐயோ! என்ரை பிள்ளை இந்த விசயத்தைக் கேள்விப்பட்டால் கவலைப்படுமே!'

அறைக்குள் போய் கோகுலனுடைய புகைப்படத்தை எடுத்து, ஆறுதல் சொல்வதுபோல சேலைத் தலைப்பால் துடைத்தார். திருநெல்வேலி பேபி ஸ்ரூடியோவில் எடுக்கப்பட்ட படம் அது. உடலை இறுக்கும் கட்டம் போட்ட சேர்ட்டும், அகல விரிந்த பெல்பொட்டமுமாக அவன் சிரித்துக்கொண்டு நிற்கிறான். இப்போது தோள்கள் அகன்று, மார்பு விரிந்து, சிறைப்பிடிக்கப்பட்டபோது அரும்பத் தொடங்கியிருந்த மீசையும் தாடியும் அடர்ந்து பெரிய 'ஆம்பிளை'யாயிருப்பான். இந்தப் புகைப்படத்தில் ஒரு பிரதி எடுத்து, பெருப்பித்து, கனமான அட்டையில் ஒட்டி, அவன் கைதுசெய்யப்பட்ட திகதியை எழுதி, "எனது மகன் கோகுலன் எங்கே?" என்று கணேசரத்தினம் மாஸ்டர்தான் எழுதிக் கொடுத்தார்.

"எமது பிள்ளைகளை விடுதலை செய்"

"கைது செய்தவர்களே காணாமற் போக்கினார்கள்"

"அப்பா எப்போது வருவார்?"

என்ற வாசகங்கள் எழுதப்பட்ட அட்டைகளுக்கிடையில், ஞானம்மா தனது அட்டையை உயர்த்திப் பிடித்திருக்கிறார்.

கூட்டங்களிலும் ஊர்வலங்களிலும் கலந்துகொள்ளும் அநேகருக்கு ஞானம்மாவின் முகம் பரிச்சயமானதாகிவிட்டது. 'அன்ரி' என்று கூப்பிட்டவர்கள் இப்போது 'ஆச்சி' என்று விளிக்குமளவிற்கு முதிய தோற்றம் கொண்டுவிட்டார். முதுகில் மெல்லிய வளைவு. அன்றொருநாள் ஊர்வலத்தில் தடுமாறி விழப்போனபோது, ஒரு சிறிய பெண்— பதினைந்து வயதிருக்கும் — ஞானம்மாவின் கையைப் பிடித்து 'கவனம் ஆச்சி' என்றாள். 'எனக்கொரு பேத்தி இருந்தால்...' அவருடையகண்கள் கசிந்தன.

காலவரையறையற்ற உண்ணாவிரதத்தில் கலந்துகொண்டு மயங்கிக்கிடந்தார். அங்கிருந்தவர்கள் இனிமேல் வரவேண்டாமென்று அன்பு கலந்த கண்டிப்போடு சொல்லிவிட்டார்கள். பதினெட்டு ஆண்டுகளாகத் தன் மகனைத் தேடியலைந்த தாயொருவர் போன மாதந்தான் இறந்துபோனார். ஏக்கமும் அலைச்சலும் அந்தத் தாயை தின்றுவிட்டன.

'அவனை இந்தக் கண்களால் காணும்வரை நான் சாகமாட்டேன்'

வாசற்படியில் போய்க் குந்துகிறார்.

முற்றத்தில் குவிந்து கிடக்கும் சருகுகள் காற்றில் ஓடிப் பிடித்து விளையாடுகின்றன. பள்ளிக்கூடத்திற்குப் போகும் பிள்ளைகளின் உற்சாகக் குரல்கள். கீச்சுக் கீச்செனக் கத்துகிறது ஒரு குருவி. அதற்குப் பதில் கொடுப்பதென மற்றொரு மெல்லிய கீச்... கீச்...

'இந்த உலகம் எவ்வளவு சந்தோசமாயிருக்கிறது!'

கோகுலன் நட்டு வளர்த்த பூக்கன்றுகள் முகம்வாடிக் காய்ந்து கடைசியில் செத்தேபோயின. முருங்கையும் மாமரங்களும் தென்னைகளும் மனிதரின் துக்கம் அறிந்தவை. யாரும் பராமரிக்காமலே தம்பாட்டில் பூக்கின்றன. காய்க்கின்றன. உதிர்கின்றன. மாம்பழக் காலத்தில் கிளிக்கூட்டத்தின் அட்டகாசம். பள்ளிக்கூடம் விட்டுப் போகும் பெடியங்கள் மாங்காய் பிடுங்கவென்று வருகிறார்கள். பக்கத்து வீட்டுப் பெண் முருங்கைக்காய் பிடுங்கவென வருகிறாள்.

"ஏதாவது செய்தி கிடைச்சுதா?" கேட்பாள்.

சிலசமயம் பதிலளிப்பார். பெரும்பாலும் மௌனம். அவளும் பதிலை எதிர்பார்த்து அந்தக் கேள்வியைக் கேட்பதில்லை. இப்போதெல்லாம் கதைப்பதென்பதே ஞானம்மாவுக்கு அலுப்பான விடயமாகிவிட்டது. ஊரும் அவரை மறந்துதான் போய்விட்டது. எப்போதாவது வருகிற உறவினர்களுங்கூட இப்போது வருவதில்லை. அவரவர் சோலி அவரவர்க்கு.

கணவர் இறந்த பிறகு வயலை குத்தகைக்கு விட்டுவிட்டார். நெல் வருகிறது. விற்றதும் எலிகள் கொறித்ததும் போக மிகுதி சோற்றுக்காகிறது. தேங்காய்களைப் பொறுக்கி வீட்டின் பின்புறத்தில் குவித்திருக்கிறார். அவற்றில் பெரும்பாலானவை பாவிக்கப்படாமலே கொப்புறாவாகிவிட்டன.

காற்றில் கற்பூரமாய் ஞானம்மாவின் உடல் கரைகிறது. தோல், அடித்தடித்துத் தோய்க்கப்பட்ட பழந்துணிபோல தொங்குகிறது. கன்னங்கள் மகிழ்ச்சியின் புதைகுழிகளென உட்குழிந்துபோயின.

சனங்கள் ஊரிலிருந்து இடம்பெயர்ந்து செல்வதும் திரும்புவதுமாய் எத்தனை போர்மூட்டங்கள் வந்து கலைந்துவிட்டன! ஊரில் வாழமுடியாமல் எவ்வளவு பேர் வெளிநாடுகளுக்குப் போய்விட்டார்கள்! எத்தனை மழைக்காலங்கள், கோடைகள் கழிந்துபோயின!

ஒவ்வொரு மழைக்காலமும் வீட்டுக் கூரையின் பொத்தல்களை அதிகரித்துக் கடந்து செல்கிறது. வீட்டுக்குள் இருப்பதும் வெளியில் இருப்பதும் ஒன்றுதானென்றாகிவிட்டது. கழிந்த மாரியில் கோகுலனின் புத்தகங்கள் இருந்த இடத்தில் மழைத் தண்ணீர் சிந்தியது. மழை விட்டதும் அடுப்படியில் அமர்ந்து ஒவ்வொரு பக்கமாக காயவைத்தார். வேலிக் கதியால்களிற் பல உக்கிச் சரிந்துவிட்டன. வேலியென்ற பெயரில் ஒப்புக்கு ஒரு மறைப்பு. அவ்வளவுதான். அக்கம்பக்கத்தில் எழுந்துவிட்ட நவீனமான வீடுகளுக்கு மத்தியில், சிதிலங்களோடு, நிற்கமுடியாமல் நிற்குமொரு முதியவளைப் போல நின்றுகொண்டிருக்கிறது அந்த வீடு.

ஞானம்மா அதில் காத்திருக்கிறார்.

கோகுலன் பிடித்துச் செல்லப்பட்டு இந்த ஆண்டுடன் இருபத்து நான்கு ஆண்டுகள்.

ஞானம்மாவுக்கு இப்போது அறுபத்தொரு வயது. பின்மதிய நேரம்... விறாந்தைக் கதவடியில் நிழலாடியது. 'மகனே என் மகனே...' தள்ளாடியபடி போய்ப் பார்க்கிறார். அவனில்லை. வாசலில் நின்றவனுக்கு அவனை நினைவூட்டும் ஏதோவொரு சாயல். பிச்சைக்காரனில்லை. பார்த்தாலே தெரிகிறது. ஆனால், கலைந்த தலை, கசங்கிய ஆடைகள், வியர்வை நாற்றம், பசியினாலோ, களைப்பினாலோ, கவலையினாலோ அந்தக் கண்கள் உட்குழிந்திருக்கின்றன.

"பெரியப்பா இருக்கிறாரா?" களைத்த குரலில் கேட்கிறான்.

"ஆர்?" பார்வை மங்கிவிட்ட விழிகளை இடுக்கியபடி ஞானம்மாகேட்கிறார்.

"வட்டக்கச்சி கனகராணியின் மகன். அற்புதன்"

கனகராணி, சுப்பிரமணியத்தாருக்கு மச்சாள் முறை. முன்னொரு காலத்தில் கனகராணிக்கு அவரைக் கலியாணம் செய்துகொடுப்பதற்கு பெரியவர்கள் தீர்மானித்திருந்தார்கள். ஆனால், சுப்பிரமணியத்தின் காதலம்பு இடம் மாறிப் பாய்ந்தது. ஞானம்மாவை கூட்டிக்கொண்டு விசுவமடுவுக்கு ஓடிப்போனார். கனகராணிக்கு அதிலொன்றும் மனவருத்தமில்லை. ஒரு வருசத்திலேயே வேறொரு இடத்தில் அவளை மணமுடித்துக் கொடுத்தார்கள். அவள் தன் புருசனோடு சுப்பிரமணியம் வீட்டுக்கு வந்துபோனாள். கடைசியாக வரும்போது கோகுலனுக்கு பதினான்கு வயது. கனகராணியின் மகன் அற்புதனுக்கு ஓரிரு வயதுகள் குறைவாக இருக்கலாம். எண்பத்து மூன்றாமாண்டுக்குப் பிறகு அவர்களோடான தொடர்பறுந்துபோயிற்று.

"அவர் செத்துப் போய்ட்டார்" யாருக்கோ நடந்ததைச் சொல்வதுபோன்று எங்கோ பார்த்தபடி ஞானம்மா சொல்கிறார். மரணம் துயரப்பட முடியாத தொலைவுக்குப் போய்விட்டது. இருப்புக்கும் இன்மைக்கும் இடையில் கிடந்து கிழிபடுவதை விட மரணம் உத்தமம்.

"அவருமா?"

ஞானம்மாவுக்கு களைப்பாக இருக்கிறது. நிற்க முடியவில்லை. நிலைக்கதவை ஆதரவுக்குப் பிடித்துக்கொள்கிறார்.

"முள்ளிவாய்க்கால்ல பதுங்குகுழியிலை குண்டு விழுந்து எங்கட வீட்டாக்கள் எல்லாரும் செத்துப் போயிட்டினம். அப்பா, அம்மா,

தங்கச்சி ஒருத்தருமில்லை. ஒரு வருசமாச்சு. நான் மட்டுந்தான் மிச்சம்" தொண்டை முடிச்சு விம்மியது. அழுகையை மறைக்க தலைகுனிந்து கண்களை மறைத்தான். சாறத்தின் நுனியால் கண்களைத் துடைத்தான்.

"உள்ளுக்கை வா தம்பி" ஈரக் குரலில் கூப்பிடுகிறார் ஞானம்மா. இழப்பினால் விழைந்த ஒட்டுறவு அது. அவன் வாசலிலேயே நிற்கிறான்.

"கோகுலன் எங்கை?"

"அவனை எப்பவோ ஆமி பிடிச்சுக்கொண்டு போட்டுது. இன்னும் விடேல்லை"

பின்மதியங்களுக்கேயுரித்தான மோனத்தை தன் சக்கரங்களால் கலைத்தபடி ஒரு வாகனம் இரைந்துகொண்டு போகிறது.

"பெரியப்பா இருந்திருந்தால்....?" அவன் எதையோ சொல்லத் தொடங்கி குரல் தளம்ப நிறுத்துகிறான்.

"நான் போறன்"

படலை வரை போய்விட்டான். ஞானம்மா கூப்பிடுவாரென்று அவனும், அவன் திரும்பிவருவானென்று ஞானம்மாவும் நினைக்கிறார்கள்.

"நில்லப்பன்" அவர்தான் முந்தினார். 'அப்பன்' இந்த வார்த்தையைச் சொல்லி எத்தனை நாளாகிறது!

"எங்கை போறாய்?"

"தெரியாது... எங்கையாவது"

"இஞ்சை என்னோட இரு"

"சரி அம்மா" பெரியம்மா முறைதான். ஏன் அம்மாவென்று அழைத்தானென்பது அவனுக்குத் தெரியவில்லை. ஆனால், அப்படி அழைப்பதே அவனுக்குப் பிடித்திருக்கிறது. ஞானம்மாவின் இறுகிய முகத்தில் ஒரு இளக்கம்.

கதவை விரியத் திறந்து உள்ளே அழைக்கிறார். தாழ்ந்த இறப்பு, அவன் நல்ல உயரம். "தலை இடிச்சிடும் அப்பன்" அவர் இன்னும் சாப்பிட்டிருக்கவில்லை. பரிமாறுகிறார். முருங்கைக்காய் குழம்பு,

முருங்கையிலை வறை.

"அம்மா! நீங்கள் சாப்பிட்டீங்களா?" பசியடங்கியதும் கேட்கிறான்.

அம்மாவின் செவிகளை ஏதோ ஞாபகம் நிறைத்திருக்கிறது. பதிலளிக்கவில்லை. அவனுடைய கை சாப்பாட்டை அளைகிறது. மீண்டும் கேட்கிறான்.

"ஓம். நீ சாப்பிடு" என்கிறார்.

கோகுலனைப் போல தலைமயிர் நல்லஅடர்த்தி. இறுகிய உடல்வாகு. அகன்ற தோள்கள். துருத்தி வெளித்தெரியும் விலாவெலும்புகளுள் பட்டினியின் பல கதைகள். அவனுடைய ஆரோக்கியம் முள்ளிவாய்க்காலிலிருந்து இன்னும் மீளவில்லை.

பிறகொருநாளும் அவனுடைய குடும்பத்தைப் பற்றி ஞானம்மா ஒரு கேள்வியைத்தானும் கேட்டதில்லை. எறிகணை வீழ்ந்து பற்றியெரியும் பதுங்குகுழியொன்றின் ஞாபகத்தை அவன் வாழுங்காலம்வரை மறக்கப்போவதில்லை என்பதை அவர் அறிவார்.

இதென்ன... திடீரென்று அந்த வீட்டில் இரவு எட்டு மணி தாண்டியும் விளக்கு எரிகிறது. வழக்கமில்லாத வழக்கமாய் மீன் குழம்பு வாசனை.

அற்புதன் வேலைக்குப் போகிறான். கூலி வேலை. தோட்டத்தையும் அவன்தான் பார்த்துக்கொள்கிறான். கத்தரி, மிளகாய், புகையிலை... சாப்பாட்டுக்குப் பஞ்சமில்லை. அற்புதன் களைத்துச் சோர்ந்து வீடு திரும்பும்போது வாசற்படியில் ஞானம்மா அமர்ந்திருக்கிறார். அவனைக் கண்டதும் அவருடைய முகத்தில் ஒரு வெளிச்சம். அவனுக்கு மட்டுமென்ன? ஞானம்மாவின் சேலைத் தலைப்பை எடுத்து முகத்தைத் துடைத்துக்கொள்கிறான். உள்ளுக்குள் அவனுக்கென்று துவாய் இருக்கிறதுதான். போன மாதம் வாங்கியது. இது வேறு. அம்மாவின் வாசனையை கடைகளில் வாங்கவோ, தறியில் நெய்யவோ முடியாது.

ஊராருக்கு அனுதாபம் வற்றித்தான் போய்விட்டது. இதர மனிதருக்காகக் கவலைப்படுகிற ஆட்கள் குறைந்துபோயினரா? இல்லை! அவர்களுடைய குற்றவுணர்விலிருந்து விடுபட ஒரு காரணம் கிடைத்துவிட்டது. மகனைக் காணாமற் போகக் கொடுத்த தாயும், தாயை இழந்த மகனும்... எல்லாஞ் சரி! வாழ்க்கை

சுற்றிவளைத்து மறுபடியும் நேர்கோட்டிற்கு வந்துவிட்டது. ஆனால், ஒரு பிசிறல்! வாத்தியங்கள் சேர்ந்திசைக்கும்போது ஒரேயொரு வயலின் தனியாக இழையுமே... அதுபோல ஒத்திசையாமல் ஒரு பிசிறல்!

அற்புதன் நேரம் பிந்தி எழுந்திருக்கிறவன். அவனுக்கு துளி வெளிச்சமிருந்தாலும் உறக்கம் வராது. சாமியறை, கடவுளர்களாலும் நெல் மூட்டைகளிடையே ஓடித்திரியும் எலிகளாலும் நிறைந்திருக்கிறது. இருளும் குளிரும் நிறைந்த கோகுலனின் அறை வந்த முதல் நாளே அவனை ஈர்த்துவிட்டது. ஆனால், ஞானம்மாவோ கோகுலனின் அறையைப் பூட்டிப் பூட்டி வைக்கிறார். பூட்டிய கதவு அற்புதனை அந்நியன் என நகையாடுகிறது. அதைப் பார்க்குந்தோறும், சொல்லாமல் கொள்ளாமல் மறுபடியும் வட்டக்கச்சிக்கே போய்விட்டாலென்ன என்று அற்புதனுக்குத் தோன்றியதுண்டு. ஆனால், புருசனைச் சாகக்கொடுத்து, பிள்ளையைத் தேடித்திரியும் ஒரு நலிந்த மனுசியை, வறுமை தாண்டவமாடும் சிதிலமடைந்த வீட்டில் தனியே விட்டுவிட்டு எப்படிப் போவது? இரக்கத்திற்கும் தன்மானத்திற்குமிடையில் அவன் தடுமாறுகிறான். ஆனால், இரக்கம் மட்டுந்தானா? அதையும் கடந்த ஏதோவொன்று அவனைத் தடுக்கிறது. கடைசியில், தலைவாசல் மூலையில் வைத்த உடுப்புப் பையை அங்கேயே விட்டுவிட்டான். தாழ்வாரத்தினோரம் சாத்தப்பட்டிருந்த சாக்குக் கட்டிலைத் தூக்கிக் கொண்டுபோய் மாமரத்தடியில் போடுகிறான். அடர்ந்த முது மரம். இரவுகளில்,இருட்டையோ, நிலவையோ வெறித்தபடி அவன் இறந்த காலத்தில் வாழ்கிறான். அல்லது சாகிறான்.

“இந்தாப்பன்” அன்று அற்புதன் வேலையால் திரும்பியதும் ஒரு கிண்ணத்தை நீட்டுகிறார் ஞானம்மா. பாயசம்.

“இண்டைக்கு கோகுலன்ரை பிறந்தநாள்”

“உனக்கெப்ப பிறந்தநாள்?” கேட்பாரென்று அற்புதன் எதிர்பார்த்தான். கேட்கவில்லை. பதிலாக, தன்னுடைய மகன் பிறந்த இனிப்பைக் குடிக்கிறவனைப் பரவசத்தோடு பார்த்துக்கொண்டு நிற்கிறார்.

“பிறந்திருக்கேக்கை வடிவெண்டா அப்பிடியொரு வடிவு. ஓவியக்குஞ்சு... அக்கம் பக்கத்துப் பொம்பிளையளெல்லாம் தூக்கித் தூக்கிக் கொஞ்சுவாளவை. கண்ணூறு பட்டிடும். பிள்ளை இரவிரவா அழுவான்.”

அற்புதன் இந்தப் பாராயணத்தை பல தடவைகள் கேட்டுவிட்டான். அவனுக்குள் எரிச்சல் மண்டியது. மண்வெட்டியை எடுத்துக்கொண்டு தோட்டத்திற்குப் போனான்.

முற்றத்தில் பூக்கன்றுகளின் ஒய்யாரத் தலையசைப்பு. அவனுடைய கைவண்ணந்தான். மாலையானதும் அதற்குள் குந்தியிருந்துகொண்டு அவற்றுக்குப் 'பரியாரம்' பார்க்கிறான். கோகுலன் இருந்தபோதுகூட இப்படி இல்லை எனும்விதமாய் அவை செழித்தாடுகின்றன.

ஞானம்மாவுக்கு அதிலெல்லாம் நாட்டமில்லை.

'மகனே... என் மகனே...'

அவனை எங்கே கண்டுபிடித்தாரென்று தெரியவில்லை. அல்லது ஞானம்மாவை அந்த மனிதன் தேர்ந்தெடுத்தான். உருண்டுதிரண்ட குள்ளமான உருவம். வயது ஐம்பதுக்கு மேலிருக்கும். இளநீல நிற சட்டைப் பையினுள் ரூபாய் நோட்டுக்கள் தெரிந்தன. தனது பெயர் விசாகேஸ்வரன் என்றான். கையிலிருந்த தங்க மோதிரங்களை திருகிவிட்டபடி, பிரதேசங்களைக் கலந்துகட்டியதொரு தமிழில் கதைத்தான். அதன் சாரம் இதுதான்: கோகுலன் இருக்குமிடம் அவனுக்குத் தெரியும். அவனைப் பிடித்து வைத்திருப்பவர்களைச் 'சரிக்கட்டி' வெளியில் எடுத்துவிட ஐந்து இலட்சம் ரூபாய் வேண்டும்.

அந்த விசாகேஸ்வரனை, காணாமற்போனவர்கள் தொடர்பான ஊர்வலங்கள் நடக்குமிடங்களுக்கு ஞானம்மாவை அழைத்துச்சென்று விடும்போது அற்புதன் கண்டிருக்கிறான். அவ்விடத்தையே சுற்றிச் சுற்றி வரும் அவனை புலனாய்வாளர்களில் ஒருவன் என்று அற்புதன் நினைத்திருந்தான். அவனோ, வலியைக் கொடுப்போருக்கும் அனுபவிப்போருக்குமிடையிலான இடைத்தரகன். துயரத்திலிருந்து காசு கறப்பவன்.

"அதெல்லாம் நாங்கள் பாத்துக்கொள்ளுவம். நீங்கள் போங்கோ" அற்புதன் சத்தம் போட்டு விரட்டிவிட்டான். பிறகொருநாள், அற்புதன் வீட்டில் இல்லாத நேரம் பார்த்து ஒரு புகைப்படத்தோடு அவன் திரும்பிவந்தான். கோகுலனுக்கு நாற்பது வயதாகிவிட்டிருந்தால் எப்படியிருக்குமோ அப்படியொரு தோற்றத்தையுடையவன் அவனால் கொணரப்பட்ட புகைப்படத்திலிருந்தான்.

"அஞ்சு லட்சம் குடுத்தா வெல்ல ஏலும்"

"மூண்டு நாள் கழிச்சு வாங்கோ. அற்புதனைக் கேட்டிட்டுச் சொல்லுறன். அவனுக்கு இதிலை விருப்பமில்லை"

"அவன் குடுக்கவேண்டாமெண்டுதானே சொல்லுவான்?" விசாகேஸ்வரன் இலேசுப்பட்ட ஆளில்லை. பொடி வைத்துக் கதைக்கிறான்.

"எவ்வளவு செலவானாலும் பரவாயில்லை. என்ரை பிள்ளை திரும்பக் கிடைச்சால் காணும்" ஞானம்மா அவனிடம் சொல்கிறார்.

இரவுகளில் மூக்குறிஞ்சும் சத்தம்... சிலசமயம் இரவைக் கிழித்து வெடித்துக் கிளம்பும் அழுகை.

"வயலை விற்போம்" மூன்றாம் நாள் காலையில் உறுதியாகச் சொன்னார். பேருருக்கொண்டு எழுந்தாடும் தாய்மையை எதிர்த்து அற்புதனால் ஒரு வார்த்தையும் கதைக்க முடியவில்லை.

"விக்க வேண்டாம். அடகு வையுங்கோ. காசு வரேக்கை நான் மீட்கிறன்"

அந்த வயல் விளைச்சலில் குறை வைத்ததில்லை. அடுத்த வருசம் அதை அற்புதனே எடுத்து பயிர்செய்வதாக இருந்தான். இதற்குள் விசாகேஸ்வரன் குறுக்கிட்டுவிட்டான்.

"நான் வியாழக்கெழமைகள்ல விரதமிருக்கிறவென். ஒரொரு சிலையா எடுத்து குளிப்பாட்டி பூசை செய்து..." விசாகேஸ்வரன் சொல்வதை ஞானம்மா கண்கள் சுடர்விடக் கேட்டுக்கொண்டிருந்தார். வீரகேசரி பத்திரிகையில் சுற்றப்பட்ட ஐந்து இலட்சம் ரூபாயை அவனிடம் கொடுக்கும்போது அற்புதன் உடனிருந்தான்.

"தெய்வ நம்பிக்கையுள்ளவை ஏமாற்றமாட்டினம்" என்று, விசாகேஸ்வரன் காசோடு வெளியேறிய பிற்பாடு ஞானம்மா அற்புதனிடம் கூறினார்.

'அந்த வயல் ஒரு சீதேவி. மீட்க முடியாமற் போனால்...' அற்புதனின் மனம் ஆற்றாமையில் எரிந்தது.

அற்புதன் சந்தேகப்பட்டது சரி! ஐந்து இலட்சத்தை சுருட்டிக்கொண்டு விசாகேஸ்வரன் மாயமாகிவிட்டான். அவனுடைய அலைபேசி தொடர்பெல்லைக்கு வெளியில்

அவன் இருப்பதாகக் கூறியது. பிறகு அவனை யாழ்ப்பாணத்தின் எந்தவொரு ஊர்வலத்திலும் அற்புதன் காணவில்லை. ஆனால் ஆறு மாதங்களோ, ஒரு வருசமோ கழித்து மீண்டும் வருவான், மற்றொரு இரையைத் தேடி, மற்றொரு புகைப்படத்தோடு.

"அவனை எங்கையாகிலும் கண்டனோ... வெட்டிச் சாய்ப்பன்" அற்புதன் கறுவினான்.

'படிச்சுப் படிச்சுச் சொல்லியும் கேளாமல் ஏமாந்துபோனேனே...' ஞானம்மா அற்புதனின் முகத்தில் 'முழிக்க' முடியாமல் சில நாட்கள் படுத்துப் படுத்துக் கிடந்தார்.

"உடம்பு சரியில்லை. தலை சுத்துது. வயித்துக்கை என்னவோ செய்யுது" பொய் சொன்னார்.

'காணாமற் போனவர்கள் உயிரோடு இருப்பதற்கு வாய்ப்பில்லை' என்று, பொங்கல் கூட்டத்தில் கலந்துகொள்ளவென்று யாழ்ப்பாணம் வந்த பிரதமர் ரணில் சொன்னபிறகு ஞானம்மா உண்மையிலேயே நோய்வாய்ப்பட்டுவிட்டார். அவரால் எழுந்து நடமாடக்கூட முடியவில்லை.

செய்தியை செய்தியால் அறுக்க நினைத்தான் அற்புதன்.

"விசயந் தெரியுமா?"

அசிரத்தையோடு கண்களைத் திறந்து பார்த்தார். படுக்கையருகில் வைக்கப்பட்ட கஞ்சி ஆறிப்போய்க் கிடந்தது.

"ஜனாதிபதி மைத்திரி, ரெண்டாயிரத்தி ஆறாம் ஆண்டு, தன்னைக் கொலை செய்ய வந்தானெண்டு குற்றஞ் சாட்டப்பட்ட ஜெனிபன் எண்ட பெடியனுக்கு பொதுமன்னிப்புக் குடுத்து வெளியில விட்டிட்டாராம்"

ஞானம்மா விறுக்கென்று எழுந்து அமர்ந்தார்.

"மெய்யோ?"

"நானேன் பொய் சொல்லுறன்? இந்தப் பேப்பரைப் பாருங்கோ"

"இந்த மனுசன் உள்ளதுக்குள்ள பரவாயில்லை. எதுக்கும் எழுதிப் பாப்பம்" உடனடியாக எழுந்து ஜனாதிபதிக்கு கோழிக்கால் கிறுக்கல் எழுத்தில் ஒரு கடிதம் எழுதுகிறார் ஞானம்மா. கணேசரத்தினம் மாஸ்டரை அவருடைய மகள் ஸ்பொன்சரில்

கனடாவுக்குக் கூப்பிட்டுவிட்டாள். இல்லாவிட்டால் அவரைக் கொண்டு எழுதுவித்திருப்பார்.

"மழைக்காலம் வரப்போகுது" செய்தி தந்த உற்சாகத்தில் ஞாபகமூட்டுகிறார்.

"புதன்கிழமை ஆக்களை வரச்சொல்லியிருக்கிறன்"

கடந்த மழைக்காலத்தில் கோகுலனுடைய அறைப் பகுதி கூரையை காற்றும் மழையும் சேதப்படுத்திவிட்டன. இற்றுப் பொடிந்த உத்தரத்துத் தடிகளையும் மாற்றவேண்டியிருந்தது. அந்த வேலைக்காக மட்டும் அவ்வறைக்குள் தன்னை அனுமதித்த ஞானம்மாவில் மெல்லிய கோபம் படர்வதை அற்புதன் உணர்ந்தான். சிறுமைப்படுத்தப்பட்டதான உணர்வு. அங்கிருந்த பொருட்களை விறாந்தைக்கு மாற்றிவிட்டு கூரையைப் பிரிக்க முற்பட்டபோது கறுப்புநிற பொலித்தீன் பொதியொன்று கூரையினுள் செருகப்பட்டிருக்கக் கண்டான். மறைத்து வைக்கப்பட்ட அந்தப் பொதியை மழை தன் வலுத்த நீர்க்கைகளால் வெளித்தள்ளியிருந்தது. வேலையை இடையில் நிறுத்திவிட்டு கூலியாட்களுக்கு தேநீர் கொடுக்கும்படி ஞானம்மாவைப் பணித்தான்.

பொதியினுள் சில புகைப்படங்கள், துண்டுப்பிரசுரங்கள், சிவப்பு மட்டையிடப்பட்ட சிறிய புத்தகம்... புகைப்படங்களில், ஊருக்குள் இயக்கமென்று அறியப்பட்ட இளைஞர்களோடு கோகுலன் நின்றான்.

"அவனுக்கு புலியளோட தொடர்பிருந்திருக்கு. துண்டுப் பிரசுரமெல்லாம் வைச்சிருந்திருக்கிறான்" அன்றிரவு சாப்பிடும்போது அம்மாவிடம் சொன்னான்.

"இயக்கத்திலை இருந்தவங்களெல்லாரையுமா ஆமி பிடிச்சுக்கொண்டு போயிட்டான்?"

ஞானம்மாவுக்கு இயக்கம், துப்பாக்கி, விடுதலை, துண்டுப்பிரசுரம் எதைப் பற்றியும் தெரியாது. தன்னிடமிருந்து தனது மகனைப் பிரித்தெடுக்க யாருக்கும் உரிமையில்லை. அவருக்குத் தெரிந்த நியாயம் அவ்வளவுதான்.

அன்றிரவு அற்புதனுக்கு கடுங் காய்ச்சல் கொதித்துப் பொழிகிறது. நெற்றியில் வைக்கிற கையில் நெருப்பு பற்றிக்கொள்ளுமோ எனும்படி சூடு. ஞானம்மா அவனுக்கு அருகிலேயே அமர்ந்திருக்கிறார்.

முருகனுக்கு நேர்த்தி வைத்து ஒரு ரூபாய்க் குற்றியொன்றை அவனுடைய மணிக்கட்டில் கட்டிவிடுகிறார். திருநீற்றினை அள்ளி நெற்றியில் அப்புகிறார்.

காய்ச்சல்காரன் சிரிக்கிறான்... இறந்துபோன தாயை கனவில் காண்கிறானா? ஒரே சிரிப்பு!

மஞ்சள் கரைசல் நுரைத்து வழியும் சுவர்கள்.... வீட்டினுள் பறந்து திரியும் குட்டிக் குட்டி விமானங்கள்... மிளாறி எரியும் நெருப்பு... அதனுள் நின்றபடி தங்கச்சி கத்துகிறாள்... சிரிப்பு கண்ணீராக மாறியது. நினைவு திரும்பியபோது, நெற்றியில் படிந்திருக்கும் அம்மாவின் கையை இறுகப் பற்றிக்கொள்கிறான் அற்புதன்.

'பிறகு இந்தக் கைகள் அவனையல்லவோ ஆதூரமாகத் தொடும்' காய்ச்சலிலும் காய்கிறது உள்ளம்.

'கோகுலன் திரும்பி வந்துவிடக்கூடாதெண்டு நான் நினைக்கிறனா? ஐயோ! அது எவ்வளவு பாவம்!' விழியோரங்களில் கண்ணீர் வழிகிறது.

"ஒண்டுமில்லை... சுகமாயிடும் அப்பன்"

அற்புதன் குணமாகி வேலைக்குப் போகத் தொடங்கியதும் நச்சரிக்கத் தொடங்கிவிட்டார் ஞானம்மா.

"இனியாவது கலியாணம் செய்துகொள்ளப்பன். கடைசிகாலம் நோய்நொடி வந்தால் பாக்க ஒருத்தருமில்லாம நீ தனிச்சுப்போவாய்" அறுபத்தேழு வயதில் எண்பது வயதின் முதுமைக்கோலம் பூண்டுவிட்ட அவர் சொல்கிறார்.

அற்புதன் சிரிக்கிறான். அவனுக்கும் வயது கொஞ்சமில்லை. ஐம்பதை நெருங்குகிறது. காதோரங்களில் நரைக் கற்றை. அகன்ற தோள்கள் ஒடுங்கத் தொடங்கிவிட்டன.

"எனக்கு கலியாணம் வேண்டாம் அம்மா"

"காலத்தே பயிர் செய்திருக்கோணும்"

அவன் மௌனமாக இருக்கிறான்.

மனைவியாக வருபவள் அம்மாவைச் சரிவரக் கவனித்துக்கொள்வாளா? பிள்ளைகள் அம்மாவை மனம் நோகப் பண்ணினால்....

மாமரக் கிளைகளினூடே வழியும் நிலவு துக்கத்தைக் கூட்டுகிறது. துக்கத்தின் பேரிரைச்சல் தூக்கத்திலும் ஒலிப்பதுவாய்....அற்புதனால் உறங்கமுடியவில்லை. தவேந்திரனைச் சந்தித்து ஏழெட்டு நாட்களிருக்கும். அன்றிலிருந்து அம்மாவின் கண்களைத் தவிர்த்து விரைந்தோடிக்கொண்டிருக்கிறான்.

அன்று மாலை, வேலை முடிந்து இவன் வீடு திரும்பிக்கொண்டிருந்தான். வாசகசாலை முடக்கில் திரும்பும்போது, யாரோ பின்னின்று அழைப்பது கேட்டது. நின்றான். கேற்றைப் பிணைத்திருந்த தூண்களிரண்டிலும் நந்தி வைத்துக் கட்டப்பட்ட புராதன வீடு அது. யாழ்ப்பாணத்தின் அநேக வீடுகளைப் போல அந்த வீட்டிலும் வெளிநாட்டுக்கு பிள்ளைகளை அனுப்பிவிட்ட இரண்டு வயோதிபர்கள் வாழ்ந்தார்கள். அவ்விடத்தைக் கடந்துசெல்லும்போது அவர்களது ஊசலாட்டத்தை அவன் கண்டிருக்கிறான். மற்றபடி, அங்கிருப்பவர்களை அவனுக்குத் தெரியாது. அங்கிருப்பவர்களை மட்டுமென்ன... அந்த ஊரில் அவனுக்கு அம்மாவைத் தவிர யாரையும் தெரியாது.

அழைத்தவருக்கு இவன் வயதுதான் இருக்கும். தெரு விளக்கின் வெளிச்சம் படாவிட்டாலும் பளபளக்கிற முகந்தான். வெளிநாட்டிலிருந்து வந்திருக்க வேண்டும். காக்கி நிற அரைக் காற்சட்டையும், கருநீல நிறத்தில் தொளதொளவென்றொரு சேர்ட்டும் அணிந்திருந்தார்.

"நீங்கள்தானே கோகுலன் வீட்டிலை இருக்கிறது?"

அவருக்கு எப்படித் தெரியுமென்று தெரியவில்லை. அது ஒரு விசயமுமில்லை. சிறிய ஊர்களில் காற்றில் விதைகள் பரவுவதைப் போல கதைகள் பரவிவிடும்.

"ஓம்..."

"அம்மா எப்பிடி இருக்கிறா?"

"இருக்கிறா"

மாலை நேரத்திற்கேயுரிய காற்று விசயந்தெரியாமல் தலையைத் தடவியது.

"பாவம்" அந்த மனிதர் பெருமூச்செறிந்தார்.

"நீங்கள்?" தயக்கத்தோடு கேட்டான் அற்புதன்.

"என்ரை பேர் தவேந்திரன். கோகுலனும் நானும் படிக்கிற காலத்திலையே நல்ல சினேகிதம். இயக்கத்துக்கும் ஒண்டாத்தான் போனனாங்கள். பிறகு நான் இயக்கத்துக்குத் துண்டு குடுத்திட்டு கனடாவுக்குப் போயிட்டன். அவன் வீரச்சாவெண்டு கேள்விப்பட்டதும் அம்மான்ரை ஞாபகந்தான் வந்திச்சு. அவன் அவவை நினைச்சுக் கவலைப்படாத நாளில்லை."

'வீரச்சாவு!' திக்கென்றது.

"எப்ப?"

"சரியா ஆண்டு ஞாபகமில்லை. ரெண்டாயிரத்தொண்டு ஜனவரியிலை எண்டு நினைக்கிறன். கொஞ்சம் இருங்கோ" வீட்டுக்குள் போனார். 'விநாடிகள் ஏனிப்படி நீள்கின்றன?' கால்கள் நடுங்கின. கேற்றைப் பிடித்துக்கொண்டு நின்றான் அற்புதன்.

திரும்பி வந்த அவரது கையில் ஒரு பத்திரிகை இருந்தது. கனடாவிலிருந்து வெளியாகும் பத்திரிகை அது.

அவர் பிரித்துக் காட்டிய பக்கத்தில் அற்புதனுடைய கண்கள் நிலைத்தன.

வீரவணக்கம். பதினைந்தாவது ஆண்டு நினைவு. கோகுலன் சுப்பிரமணியம்! அன்னை மடியில்: 1969 மண்ணின் மடியில்: 2001. அஞ்சலிக் கவிதையொன்று. அதன் கீழ் மேலதிக தொடர்புகளுக்கு 'அபிராமி' என்றிருந்தது.

"நான் போன கிழமைதான் இஞ்சை வந்தனான். ஊருக்குள்ளை ஆருக்கும் இந்த விசயந் தெரியாதாம்"

"இல்லை. தெரியாது" உதடசைந்தது. குரல் ஒலித்ததாவென அவனும் அறியான்.

"நீங்களும் சொல்லாதையுங்கோ..."

கரிக்குருவியொன்று கீச்சிட்டுக் கத்தியபடி பறந்தது. 'கெட்ட சகுனம்' அற்புதன் சஞ்சலப்பட்டான். 'ஆனால், இனி நடக்க என்னதான் மிச்சமிருக்கிறது?'

"இந்தப் பேப்பரை எனக்குத் தாறீங்களா?" தயங்கியபடி கேட்டான்.

"ஓ... வேணுமெண்டா வைச்சிருங்கோ"

கோகுலன் எப்போது சிறையிலிருந்து விடுதலை செய்யப்பட்டான்? எப்போது இயக்கத்தில் சேர்ந்தான்? அவனுக்காகவே உயிரை உடலில் தேக்கிக் காத்திருக்கும் தாயைத் தேடி ஏன் வரவில்லை? அஞ்சலிக் குறிப்பை அந்தப் பத்திரிகைக்கு அனுப்பிய அபிராமி யார்?

தலையணைக்கடியிலிருந்த பத்திரிகையை மீண்டும் எடுத்துப் பார்த்தான் அற்புதன்.‘அம்மாவிடமுள்ள அதே புகைப்படம். அவன்தான்’

அம்மாவிடம் இதைக் காட்டுவதா வேண்டாமா? ஐயோ மனுசி அழுதழுது செத்துப்போகுமே...! இல்லாவிட்டாலுமென்ன... ஒட்டை விளக்கினூடே கசியும் எண்ணெயென சிறுகச் சிறுகக் கசிகிறது அவருடைய உயிர். எண்ணெய் தீர்ந்து தானாய் அணையட்டும். கையை வீசி படக்கென்று அணைக்கவேண்டாம்.

அம்மா... உன்னையும் நான் இழப்பேனாகில்.... துயரம் அவனை உலுக்கியது. உறவேதுமில்லாத் தனியனாக இந்த உலகில் வாழ்வதென்பது எத்தனை சிரமம்! மாலை சாய்ந்து வீடு திரும்பும்போது யாருமற்ற வெறுமையை எதிர்கொள்வதென்பது மரணத்திற்கு சமானமானதாயிற்றே! அந்தக் கொடுமைக்கு வீதியில் வாழலாமே!

‘அம்மா உன்னுடைய மகனைத் தேடியலையாதே. அவன் இறந்துவிட்டான் என்றொரு வாக்கியத்தால் ஒருயிரைக் கொல்லமுடியுமா? யார் கண்டது? கேட்ட நொடியே வீழ்ந்து இறந்துபோனால்... இல்லை. வேண்டாம்’ அந்தப் பத்திரிகையை தாழ்வாரத்தின் இறப்பினுள் கண்மறைவாக செருகிவைத்தான்.

அன்றைக்கு விடிகாலை நாலரை மணிக்கே அடுப்பெரிகிறது. குசினி வரிச்சு மட்டைகளினூடே தெரியும் நெருப்பின் தழல்நாக்குகள்.

“ஜனாதிபதி யாழ்ப்பாணம் வாறாராம்”

“அந்தக் கூட்டத்திலை போய் நீங்கள் இடிபடவேண்டாம்” அற்புதன் கடுமையாகவே சொல்கிறான்.

ஞானம்மா ஒன்றுஞ் சொல்லவில்லை. அந்த மௌனத்தின்; பொருள் மறுப்பு.

கூட்டத்தில் வழக்கம்போல முன்னால் நிற்கிறார் ஞானம்மா.

"எனது மகன் கோகுலன் எங்கே?" நைந்துபோன அட்டை மறுபடியும் கேட்கிறது.

ரணிலாவது காணாமற்போனவர்கள் உயிரோடு இருக்க வாய்ப்பில்லை என்றார். ஜனாதிபதியிடம் ஏதொரு பதிலுமில்லை. அவர் நிறைவேற்றப்படாத வாக்குறுதிகளை மூட்டை கட்டிக்கொண்டு கொழும்புக்குப் புறப்பட்டுப்போகிறார்.

வேலை முடிந்து வீட்டுக்கு வந்த அற்புதன் சட்டியை, பானையை திறந்து திறந்து பார்க்கிறான்.

"சமைக்கேல்லையா?"

"இல்லை. ஜனாதிபதியின்ரை கூட்டத்துக்குப் போனனான்"

அவனுடைய முகம் விகாரமாக மாறுகிறது. தாழ்வாரத்தை நோக்கி வேகமாகச் சென்றான். திரும்பிவரும்போது அந்தப் பத்திரிகை அவனுடைய கையிலிருக்கிறது. அதை அங்கிருந்த கதிரையில் வீசியெறிகிறான்.

"பார்... பார்... கோகுலன் எப்பவோ செத்துப்போயிட்டான்."

அற்புதனுக்கே தன் செயலைப் பார்க்க உள்ளுக்குள் அருவருப்பாக இருக்கிறது.

'சீச்சீ! நானும் ஒரு மனுசனா?' மறுகுகிறான்.

ஞானம்மா பத்திரிகையை எடுத்துப் பார்க்கிறார். கோகுலன்தான். கைது செய்யப்பட்டபோதிருந்த அதே வெள்ளந்தி முகம். அரும்பத் தொடங்கிய மீசை... வயிற்றினுள் புகுந்த நிலவின் கீற்று உதிர்ந்துபோயிற்றா? இனி நித்திய அமாவாசை!

'அம்மா... நான் கேவலமானவன். கேடுகெட்டவன்' மாமரத்தடியில் குற்றவுணர்வோடு சுருண்டுகிடக்கிறான் அற்புதன்.

'உனக்காகவுந்தான் அம்மா. இல்லாதவனைத் தேடி நீயுந்தான் எத்தனை மைல்கள் நடப்பாய்? எத்தனை ஆண்டுகள் காத்திருப்பாய்?'

'ஆனால், அதற்காக மட்டுந்தானா?' உள்மனதில் ஒரு முள் அசைந்தசைந்து வேதனையைக் கூட்டுகிறது.

கோகுலனுடைய படத்தின்முன் குத்துவிளக்கொன்றை

ஏற்றிவைத்துவிட்டு அதன்முன் அம்மா படுத்துவிட்டார். "என் மகன் கோகுலன் எங்கே?" என்ற வாசகத்தை உரித்தெடுத்துவிட்டார். பொழுது கருகுகிறது. விறாந்தை இருண்டு கிடக்கிறது. முப்பத்தொரு ஆண்டுகளுக்கு முன்னம் வீட்டினுள் புகுந்த அதே இருள். மேலும் அடர்ந்து...

அற்புதன் வெளியில் சுற்றிவிட்டு வந்து மாமரத்தடி சாக்குக்கட்டிலில் அமர்ந்திருக்கிறான். சாப்பிடவில்லை. சாப்பிடுவதற்கு அங்கு என்னதானிருக்கிறது? ஞானம்மா எழ முயற்சிக்கிறார். முதுகுத்தண்டில் கடும் வலி. கைகால்கள் கனத்த பிணம்போல தூக்கமுடியாமல் சோர்ந்து சோர்ந்து விழுகின்றன. உடலும் உயிருமற்றவராய்க் கிடக்கிறார். அற்புதன் இடையிடையே வந்து எட்டிப் பார்த்துவிட்டுப் போகிறான். அவனுக்குள் பயம் இரைச்சலிடுகிறது. மூச்சுவிடுவதன் அடையாளமாக அம்மாவின் வயிறு உயர்ந்து தாழ்கிறது. இரவு... காலை, மதியம், பொழுது கரைகிறது. மறுநாள் மாலையாகி இருள் சூழத் தொடங்கவும் உடலைப் பெயர்த்துக்கொண்டு எழுந்திருக்கிறார். அற்புதன் வேலைக்குப் போகவில்லை. மாமரத்தடியில் படுத்திருக்கும் அவனது முதுகை படியில் குந்தியிருந்துகொண்டு வெறித்துப் பார்க்கிறார் ஞானம்மா.

ஏதோ நினைவு வந்தாற்போல, கதிரையில் கிடந்த அந்தப் பத்திரிகையை மீண்டும் எடுத்துப் பார்க்கிறார்.

'இரண்டாயிரத்தி ஒண்டு... அந்த வருசக் கடைசியிலைதான் அபிராமிக்குக் கலியாணம் நடந்தது. கோகுலன் இல்லையெண்டு தெரிஞ்சதுந்தான் கலியாணங் கட்ட ஒத்துக்கொண்டியா? அட! என்ரை தங்கக்கிளியே!' கண்களைத் துடைத்துக்கொள்கிறார்.

பிறகு குசினிக்குள் போகிறார். முப்பத்தொரு ஆண்டுகளில் முதன்முறையாக அவருக்கு அவ்வளவு பசிக்கிறது. பசியென்றால் குடலைக் குடல் தின்னும் பசி!

"இந்தத் தேங்காயைக் கொஞ்சம் உரிச்சுத் தா மோனை"

குரல் கேட்டு அற்புதன் எழுந்திருக்கிறான். இந்தப் பிரளயம் எவரையும் காவுகொள்ளாமல் கடந்துவிட்டதா?

"உங்களைக் கண்டபிறகு இயக்கத்துக்குப் போக மனம் வராதெண்டபடியாலைதான் இங்க வராமல் நேரை இயக்கத்திலை போய்ச் சேர்ந்திருக்கிறான்" சமாதானம் இத்தனை பலவீனமாக

இருக்கக்கூடாது' என்று அதைச் சொன்னபோதே அற்புதனுக்குத் தோன்றியது.

"அதில்லை. என்ரை பிள்ளைக்கு எவ்வளவு அடி அடிச்சிருந்தால் அவன் என்னைக்கூடத் தேடி வராமல் இயக்கத்துக்குப் போயிருப்பான்!"

'ஆ! இப்போதும் நீதான் வென்றாய்!'

குசினிக்குள் புட்டு அவிகிறது. முட்டைப் பொரியல் மணக்கிறது. அற்புதன் தலைவாசலுக்குள் போய் கொடியில் தொங்கும் அம்மாவின் சேலையை எடுத்து நெஞ்சோடு அணைத்துக்கொள்கிறான். தறியில் நெய்யவோ, கடைகளில் வாங்கவோ முடியாத அம்மாவின் வாசனை!

●

கடன்

சுவரில் கல்லோடுகள் பதிக்கப்பட்ட 'பேப்' புகையிரத நிலையத்தை சத்தியன் ஏற்கெனவே தெரிவுசெய்துவிட்டான். அதுதான் இருப்பவற்றுள் அழகியது. அங்கு இறங்கி நின்று, அடுத்து வரும் இரும்பு வேதாளத்தின் முன்னால் பாய்ந்து சிதறத் திட்டமிட்டிருந்தான்.

விரைந்தோடி வரும் ரயிலின்முன் உடலை வீசியெறியும்போது எப்படி இருக்கும்? ஒருகணம் கூசிச் சிலிர்த்தன மயிர்க்கால்கள். இரத்தக்கூழாக அவன் தன்னைக் கண்டான். கூட்டம் கூடுகிறது. பிறகு கலைகிறது. ஆகக்கூடி ஒரு மணித்தியாலத்தில் மீண்டும் புகையிரதம் ஓடும். மனிதர்கள் அதனைப் பிடிக்க ஓடுவார்கள்.

குளியலறைக் கண்ணாடியில் தெரிந்த விழிகள் பித்தின் சாயல்கொண்டு மினுங்கின. ஒடுங்கிய கன்னங்களை மறைத்து வளர்ந்திருந்தது மயிர்க்காடு. கடைசியாக சவரம் செய்த நாளை நினைவில் கொணரமுயன்று தோற்றான்.

அலமாரியுள் குவிந்து கிடந்த ஆடைகளுள் நாட்பட்ட வாடை வீசியது. தாறுமாறாக கலைந்திருந்தவற்றை மேலும் கலைத்து இரண்டு சேர்ட்களைத் தேர்ந்தெடுத்து மணந்து பார்த்தான். இரண்டினுள்ளும் சகித்துக்கொள்ளக்கூடியதாகத் தோன்றியதை அணிந்துகொண்டான்.

இப்போதெல்லாம் அவன் ஆடைகளைத் துவைப்பதில்லை. வெளியில் சென்று திரும்பியதும் ஆடைகளைக் கழற்றி சோபாக்கள் மீது விசிறி

எறிந்துவிடுகிறான். வீட்டில் அணிந்துகொள்ளும் பைஜாமாக்கள் இரண்டும் நெடுநாட்களாக சவர்க்காரத் தூள், தண்ணீர் கண்டறியாதவை. சாப்பாட்டு மேசையைச் சுற்றிலும் பழுதுபட்ட உணவின் நாற்றம் வீசுகிறது. குசினியிலுள்ள குப்பைக் கூடையைவிட்டு புழுக்கள் வெளியேறி ஊரத் தொடங்கியபிறகே குப்பையைக் கட்டிக்கொண்டுபோய், அதற்கென உள்ள இடத்தில் தள்ளிவிட்டு வருகிறான். இப்போது, பகலிலும் பூச்சிகள் துணிச்சலாக உலவித் திரியத் தொடங்கிவிட்டன. அவை தாங்கள் பார்க்கப்படுவதை உணருந்திறனுடையவை போல. பார்வை விழுந்தவுடன் சுவரையொட்டிய இடுக்குகளுள் விரைந்தோடி மறைந்துவிடுகின்றன.

யாழினி ஒரு சுத்தப்பூனை. அவள் இருந்தபோது இந்த வீட்டுக்கு வேறு முகம். அவள் கோபித்துக்கொண்டு தனியே சென்று மூன்று மாதங்களாகிவிட்டன. இவன் இருப்பதுபோன்ற, விளக்குகளை அணைத்ததும் பூச்சிகளின் சாம்ராஜ்ஜியம் தொடங்குகிற பழைய தொடர்மாடிக்குடியிருப்புகளில் ஒன்றுதான் அதுவும். ‘ப்பா... ப்பா’ வென்றழைத்து வாழ்வில் ஒட்டுதலை உருவாக்கிய குழந்தையின் இளங்குரலையுங் கூட்டிக்கொண்டு போய்விட்டாள்.

கலங்கிய விழிகளை உள்ளங்கையால் அழுத்தித் தேய்த்தான்.

கடனட்டைக் கடிதமொன்றுடன் அவர்களுக்கிடையிலான உரசல் ஆரம்பித்தது.

“இதில போன மாசம் ரெண்டாயிரம் டொலர் எடுத்திருக்கு?”

தொலைக்காட்சியிலிருந்து விழிகளைப் பெயர்த்து கடிதத்தைப் பார்த்தான் சத்தியன். பிறகு, தொலைக்காட்சியைப் பார்ப்பதாக பாவனை செய்யத் தொடங்கினான். வழக்கத்தில் அலட்சியமாக நடந்துகொள்கிற ஆளில்லை. பொய் சொல்வதா, உண்மையைச் சொல்வதா என்ற யோசித்து முடிவெடுப்பதற்கிடையில் அவள் கடிதத்தைத் தூக்கிப் போட்டுவிட்டு பல்கனிக்குப் போய்விட்டாள்.

பச்சையும் கபில நிறமுமாய் செழித்துச் சடைத்த மேப்பிள் மரம் தன் கிளைகளால் பல்கனியைத் தழுவிக்கொண்டு நிற்கிறது. தஞ்சம் புகுந்த நாட்டின் தாய்மரம்; அவளுக்கும் தாய்! யாழினியின் துக்கமும் கோபமும் அதைப் பார்த்துக்கொண்டிருந்தால் தன்பாட்டில் இறங்கிவிடும். அன்றைக்கு வெகுநேரமாகியும் அவள் பல்கனியை விட்டு வரவில்லை. அவளுக்குள் சந்தேகப் பேய் புகுந்துவிட்டதை அவன் உணர்ந்தான். பேயை வளரவிட்டால்

பூதமாகும் என்பதால் உண்மையைச் சொல்லத் துணிந்தான்.

"என்ரை சிநேகிதப் பொடியன் ஒருத்தனுக்குக் குடுத்தனான். ஊரிலை இருக்கிற அவன்ரை அப்பாவுக்குச் சுகமில்லை. ஆஸ்பத்திரியிலை வைச்சிருக்காம்."

அவள் திரும்பிப் பார்த்தாள். இரக்கத்தில் கனிந்த முகம் அரையிருளில் மேலும் அழகு கொண்டு ஒளிர்ந்தது.

அவனுடைய தோளில் சாய்ந்தபடி உள்ளே வந்தாள். இலேசாக மேடிட்டிருந்த அவளுடைய வயிற்றைத் தடவும் சாக்கில் மார்பைத் தொட்டான். அவள் சிரித்தபடி கையைத் தட்டிவிட்டாள்.

பிறகொருநாள் கைத்தொலைபேசியின் வழி மீண்டும் வீட்டினுள் நுழைந்தது வில்லங்கம். அப்போது சத்தியன் குளியலறையில் இருந்தான்.

"காசு வாங்கேக்குள்ள இருக்கிற சந்தோசம் வட்டி கட்டேக்குள்ள இல்லைப் போல" யாழினியின் 'ஹலோ' வைப் பொருட்படுத்தாமல் மறுமுனையில் ஒலித்தது பெண்குரலொன்று.

"வட்டியா? என்ன கதைக்கிறீங்கள்?"

"இது சத்தியன்ரை போன்தானே?" சூடு தணிந்த குரல் வினவியது.

"ஓம் அவர் குளிக்கிறார். நான் அவற்றை மனுசிதான். ஏதாவது சொல்லோணுமோ?"

"வட்டிக்காசை நேரகாலத்துக்குப்; போட்டுவிடச் சொல்லுங்கோ" அழைப்பு துண்டிக்கப்பட்டுவிட்டது.

"ஆருக்கு வாங்கிக் குடுத்தனீங்கள்?" யாழினி அமைதியாகத்தான் ஆரம்பித்தாள். ஆனாலும் மூச்சிரைத்தது. குழந்தை வயிற்றினுள் உதைத்தது.

அப்போது தொலைக்காட்சி அணைக்கப்பட்டிருந்தது. அதனால், அவன் முகட்டைப் பார்த்தான்.

"எங்கடை ஊர்க்காரரர் ஒருத்தர்... வீடு வாங்க... முதல் குறையுதெண்டு... கனக்க இல்லை. அஞ்சாயிரம் டொலர்தான்."

"உதவி செய்யத்தான் வேணும். அதுக்காக இப்பிடியா?

உங்களுக்கெண்டொரு குடும்பம் இருக்கு. ஞாபகமிருக்கட்டும்" இதைச் சொன்னபோது யாழினியின் கன்னங்களில் கண்ணீர் சிதறியது. அவன் பதறிப்போனான்.

"இனி இப்பிடியெல்லாம் செய்யமாட்டேன்" அவளை அணைத்தபடி கூறிய வார்த்தைகளை அவனே நம்பவில்லை.

குழந்தை பிறந்த சில மாதங்களுக்கு எல்லாமே நல்லபடியாய்த்தானிருந்தது. அதன் சிரிப்பு...'ஐயோ! சொர்க்கமடா வாழ்க்கை' என கிறங்கிக் கிடந்தான் சத்தியன். யாழினியும் அவளுடைய இயல்பான தண்மைக்கு மீண்டுவிட்டாள். அஞ்சல்களை அவனே எடுத்து வந்ததும், தொலைபேசி அழைப்புகளுக்கு அவனே பதிலளித்ததும் அந்த 'அமைதி' நீடிக்கக் காரணமாயிற்று.

எப்போதும் கவனமாயிருப்பது எப்படி என்பது அவனுக்குத் தெரிந்திருக்கவில்லை.

குழந்தையை அமர்த்தி சாப்பாடு தீத்துவதற்கான கதிரையை வாங்கப்போன இடத்தில், சத்தியனுடைய கடனில் ஐந்தாயிரம் டொலர்களை ஏற்றியவரை அவர்கள் சந்தித்தார்கள். அறுபது வயதிருக்கும். சாயம் பூசப்பட்ட மீசை முகத்தோடு ஒட்டாமல் தனித்துத் தெரிந்தது. சத்தியனை பலவழிகளிலும் தவிர்த்துவந்த அவர் ஒரு மாதிரியாக முழித்துக்கொண்டு நின்றார்..

"புது வீட்டுக்கு சோபா பாக்க வந்தனான்" என்றார். அவர் அமர்ந்து பரிசீலித்துக் கொண்டிருந்த சோபாவின் விலை மூவாயிரத்துக்குக் குறையாது.

"ஆனா இப்ப வாங்கேல்லை... விலை கூடவாக் கிடக்கு" அவர் அவசரமாகச் சொன்னார்.

'இவரோ அவர்?' யாழினி விழிகளால் வினவினாள்.

"மாதாமாதம் வட்டியைக் கட்டிவிடுங்கோண்ணை. அந்த மனுசி போன் அடிச்சுக் கத்துது" என்றான் சத்தியன். யாழினியை அருகில் வைத்துக்கொண்டு அவரிடம் காட்டமுடிந்த கோபம் அவ்வளவுதான். அதன்பிறகு பார்த்த எந்தப் பொருளும் யாழினிக்குப் பிடிக்கவில்லை. அன்று அவர்கள் வாங்கப்போன கதிரையை வாங்காமலே வீடு திரும்பினார்கள்.

குழந்தை வளர வளர கசப்பும் வளர்ந்தது.

"பாம்பர்ஸ் முடிஞ்சுபோச்சு"

"எத்தினை தரந்தான் மூத்திரம் போவாள்" சலித்துக்கொள்வான்.

"பழஞ் சீலைத் துணியைக் கட்டிவிடவா?" சினந்தெறிவாள் அவள்.

'ஊரவனுக்கெல்லாம் காசு வாங்கிக் குடுக்கத் தெரியுது. பெத்த பிள்ளைக்கு பாம்பர்ஸ் வாங்கக் கணக்குப் பாக்கிறார்' முணுமுணுப்பு அவனது செவிகளை எட்டாமலில்லை.

நாளடைவில் அவளுடைய மன்னிப்பின் கையிருப்பு தீர்ந்தது. அடிக்கடி குழந்தையைத் தூக்கிக்கொண்டு பல்கனியில் போய் இருக்கத் தொடங்கினாள். இருப்பதோ ஆறாவது மாடி. உள்ளே வரச்சொல்லிக் கூப்பிட்டால் பக்கத்து வீடுகளுக்குக் கேட்குமளவிற்கு உரத்த குரலெடுத்துக் கத்தினாள். விளாம்பழம் உடைப்பதுபோல, சாப்பாட்டுக் கோப்பையை தரையில் எறிந்து உடைத்தாள். ஒருநாள், சத்தியன் வேலை முடிந்து திரும்பி வந்தபோது, யாழினிக்குப் பதிலாக ஒரு துண்டுக் காகிதம் மேசையில் கிடந்தது.

'நீங்கள் திருந்தப் போவதில்லை. நான் போகிறேன்'

யாழினியின் தோழி மூலமாக அவளைக் குறித்த செய்திகளை அவன் அறிந்துகொண்டுதானிருந்தான். அவளோடுதான் யாழினி தங்கியிருந்தாள். 'திரும்பி வா'வென்றழைக்கலாந்தான். ஆனால், அதற்கு அவனுக்குத் தைரியமில்லை.

வெறுமை குடிகொண்டுவிட்ட வீட்டுக்குத் திரும்பிவரவேண்டியிருந்த மாலைப்பொழுதுகளை அவன் சபித்தான். காலோயும்வரை வீதிகளில் சுற்றித் திரிவான். பூங்காக்களின் மர இருக்கைகளில் இருட்டும்வரை படுத்துக் கிடப்பான். ஒருதடவை ஒரு முழுப்போத்தலைக் குடித்துவிட்டு நடைபாதையில் வீழ்ந்து கிடந்தான். அந்தப் பாதையில் நூற்றுக்கணக்கான பாதங்கள் விரைந்தன. ஆயிரக்கணக்கான வாகனங்கள் அவனையொட்டி சீறிப் பறந்தன. வீதியில் வீழ்ந்து கிடந்தவனை குனிந்து பார்க்க அன்று அந்த மாநகரில் ஒருவருக்கும் நேரம் இருக்கவில்லை. தானாகவே எழுந்தான். தன்னை நொந்தபடி நடந்தான்.

இந்த தொடர்மாடிக் குடியிருப்பு இரண்டு சந்திகளையொட்டி அமைந்திருக்கிறது. வீட்டினுள்ளோ பூச்சி காகிதத்தில் ஊர்ந்தாலும்

கேட்குமளவு மயான அமைதி! இல்லை! ஊரிலென்றால் மயானத்தில் தீயெழுந்து மிளாறி எரிகிற ஓசையேனும் கேட்கும். இங்கு அதுவுமில்லை. மின் தகனக் கூடத்திலுள்ளது போலொரு அமைதி.

மனிதர்கள் எல்லோரும் கதைப்பதை நிறுத்திக்கொண்டுவிட்டார்களா? சத்தத்தைக் கேட்க விரும்பி மூச்சுத்திணற வீதிக்கு ஓடுவான். மோல்களுக்குள் சுற்றுவான்.

இனி அதற்கெல்லாம் அவசியமில்லை! தொலைபேசியை வெறுப்போடு நோக்கினான். ஆட்களற்ற வீட்டில் எடுப்பாரற்று இனி ஒலித்துக்கொண்டேயிருக்கட்டும். மின்னுகிற இலக்கங்களை, செய்வதறியாமல் வெறித்தபடி இருப்பது கொடுமையானது.

இவனுக்குக் கடன்கொடுத்த எல்லோருள்ளும் தனபாலனுக்குத்தான் பெரிய ஏமாற்றமாகிவிடும். அவன் மாதக்கடைசியிலேயே கூப்பிடத் தொடங்கிவிடுவான். முதலில் கைத்தொலைபேசிக்கு எடுத்து, பதிலில்லை என்று கண்டதும், இரவு பத்து மணிக்குப் பிறகு வீட்டுத் தொலைபேசிக்கு அழைப்பான். பறவைக் கூட்டினுள் முட்டைகளைத் தேடி தலையை நீட்டுகிற பாம்பென தனபாலனின் குரல் உள்வரும். பொதுவாக, காலநிலையைக் குறித்து சலிப்போடு கதைக்கத் தொடங்குவான். அவனுக்கு மழையும் பிடிக்காது; "சனி மழை. நசநசவெண்டு". வெயிலும் சகிக்காது; "ஊரிலை எறிக்கிற வெயில் இப்பிடித் தோலை எரிக்கிறேல்லை". பனியையும் வசைபாடுவான்; "மனுசனாகப்பட்டவன் இந்த நாட்டிலை இருப்பானா? எப்ப அடிபடுமோ எண்டு பயந்து பயந்து வாகனம் ஓட்டவேண்டிக் கிடக்கு". ஈற்றில், அவனது உரையாடல் ஓரிடத்தில் வந்து இடறுப்பட்டாற்போல நிற்கும். அதற்கிடையில் இவன் பதிலைத் தயார்செய்து வைத்திருப்பான்.

"நாளைக்கு முதலாந் திகதி... என்ன மாரி?" 'மாதிரி' என்பதை 'மாரி' என உச்சரிப்பது அவனது வழக்கம்.

"ஓம்.. நாளையிண்டைக்கு ரெண்டாந் திகதி" அசடு வழியும் தனது முகத்தின் பரிதாபத்தை கண்ணாடியின்றியே சத்தியன் காண்பான். தானே தன்னைச் சகியாக் கணமது.

"வட்டிக் காசைப் போட்டுவிடு மச்சான். பிந்தினா தெரியுந்தானே சிறியன்ரை குணம்"

‘சிறியன்’ என்பதொரு கற்பனைப் பாத்திரம் என்பது சத்தியனுக்குத் தெரியும். இல்லாத ஒருவனின் குணத்தை அறிவதெப்படி? ஆனாலும், தொடர்ந்து அந்தப் பெயரைச் சொல்வதன் மூலம் அதற்கொரு முகத்தை தனபாலன் உருவாக்கி வைத்திருந்தான். மிகவும் கறாரான தோரணை கொண்ட, கண் இரப்பைகள் வீங்கித் தொங்குகிற உப்பலான மஞ்சள் முகம். அந்தச் சிறியன் வெயில் காலத்திலும் குளிர்க்கோட்டு அணிந்திருப்பான். வட்டிக் காசு வங்கிக் கணக்கில் விழத் தாமதமாகிற மாதங்களில், சீறிவரும் காரில் வந்திறங்குவான். அதன் கதவை காலால் அடித்துச் சாத்துவான். பிறகு, தலைகுனிந்தபடி நிற்கிற தனபாலனை நாய்க்கிழி, பேய்க்கிழி கிழிப்பான்.

ஏறத்தாழ மூன்றரை ஆண்டுகளாக இந்தக் கதை நடக்கிறது.

தனபாலனிடம் வாங்கியது இருபத்தி எட்டாயிரம் டொலர்கள்தான். கட்டிய வட்டியோ இருபதாயிரம் டொலர்களைத் தாண்டியிருக்கும். அதைக் குறித்த குற்றவுணர்வின் மெல்லிய சாயலைத்தானும் சத்தியன் தனபாலனின் கண்களில் கண்டதில்லை. அவனுக்கு அது தொழில்! ஆனால், சிறிதும் கூச்சமின்றி இவனை நண்பனென்று சொல்லிக்கொள்வான்.

“ஒரு சிநேகிதன் அந்தர ஆபத்தெண்டு கேக்கேக்குள்ள எப்பிடி இல்லையெண்டு சொல்லுறது. அதுதான் வாங்கித் தந்தனான். இப்பிடி வட்டி கட்டப் பிந்தினா என்ன செய்யிறது?” பொய்யில் அசையும் உதடுகள் மீது சப்பென்று அறைந்தாலென்ன என்று சத்தியனுக்குத் தோன்றியிருக்கிறது. ஆனால், அடிக்குப் பயந்து வட்டி வருவாயை விட்டுக்கொடுக்கும் ஆளாக தனபாலன் தோன்றவில்லை. பணத்தைத் திருப்பிக் கொடுக்கவும் வழியில்லை.

“நீயொரு ஷைலாக்” இவன் சிரித்தபடி சொல்லியுமிருக்கிறான். தனபாலனுக்கு சேக்ஸ்பியரையோ, அவருடைய ஷைலாக்கையோ தெரியாது. தெரிந்தாலும் அலட்டிக்கொள்ள மாட்டான். காசு, வட்டி, வட்டிக்கு வட்டி இவை மட்டுமே அவனறிந்தவை.

கதவைப் பூட்டியபின், குமிழியைத் திருகிப் பார்த்தான் சத்தியன். இன்றோ, நாளையோ இந்தக் கதவு பொலிசாரால் உடைபடத்தான் போகிறது. என்றாலும், வாழ்ந்த வீட்டைத் திறந்து வைத்துவிட்டுப் போக மனம் வரவில்லை. தன்னை அடையாளங் காண உதவும் பிளாஸ்டிக் அட்டைகள் நிறைந்த பேர்ஸ் பையினுள் இருக்கிறதா என மேலுமொரு தடவை உறுதிப்படுத்திக்கொண்டான். துயரமும் தனிமையும் வசிக்கும் அந்த வீட்டுக் கதவின் முன் ஒரு கணம்

தயங்கி நின்றான். பிறகு பேருந்து தரிப்பிடத்தை நோக்கி நடக்கத் தொடங்கினான்.

வோர்டன் புகையிரத நிலையத்தை நோக்கிச் சென்றுகொண்டிருந்த அறுபத்தெட்டாம் இலக்க பேருந்தினுள் அவன் இருந்தான். இருபுறமும் சம உயரத்தில் மரங்கள் நிரை நிரையாக நிற்கும் அழகான சாலை வோர்டன். அங்கு வாடகைக்கு வீடெடுத்து வருவதற்கு அந்தச் சாலைமீதான விருப்பமும் காரணம். மேப்பிள் மர இலைகளில் வெயில் இழைந்துகொண்டிருக்கும் இளவேனிற்காலத்தின் மாலைப்பொழுதுகளில் யாழினியோடு அவன் நடக்கப் போவதுண்டு. 'இனியொருபோதும் இந்த மரங்களைக் காணமாட்டேன்' நினைத்தான். 'செத்த பின் சென்று சேர்கிற இடத்தில் மரங்கள் இருக்குமா?' ஏங்கினான். 'இதென்ன பைத்தியக்காரத்தனம்! வேண்டாமென்று தப்பியோடுகிற வாழ்வினை வேறோரிடத்தில் தொடர எண்ணுகிற அழுங்குக்குணம்'

அவனுக்கு நேரெதிரே இருந்த பக்கவாட்டான இருக்கையில் இளங்குடும்பமொன்று அமர்ந்திருந்தது. தாயின் மடியில் உறங்கிக்கொண்டிருந்த குழந்தைக்கு இரண்டு வயதிருக்கலாம். தந்தை, திடமான உடலும் செழிப்பான கன்னங்களும் அடர்ந்த புருவங்களுங் கொண்டவன். சத்தியன் தனது வறண்டுபோன கைகளையும் கால்களையும் இரகசியமாகப் பார்த்துக்கொண்டான். கறுப்பு நிற ஆடை விளிம்பினடியில் மேலும் அழகு கூடித் தெரிந்த அந்தப் பெண்ணின் வெண்ணிறப் பாதங்களில் சத்தியனின் கண்கள் தன்னிச்சையாக ஊர்ந்தன. பிறகு, தனது செயலால் வெட்கமடைந்தவனாக பார்வையை தனது உள்ளங்கைக்கு மாற்றிக்கொண்டான். அந்தப் பெண்ணின் கால்களைத் தவிர்க்க பேருந்தின் மேற்புறத்தை நோட்டமிட்டான்.

"மன அழுத்தமா? தற்கொலை செய்யும் எண்ணத்தில் இருக்கிறீர்களா? உங்களுக்கு எங்களால் உதவமுடியும்" என்றெழுதப்பட்ட வாசகங்களில் அவனது விழிகள் பதிந்தன. அதன் கீழ் தொடர்பு எண். 'இந்தக் கடனிலிருந்து என்னை மீட்டெடுங்கள்' என்று மன்றாடலாம். நாட்கணக்கில் வகுப்பெடுத்து தற்கொலையே மேலென்று எண்ணவைத்துவிடுவார்கள். அல்லது வங்கியைக் கைகாட்டுவார்கள். வங்கிகளில் பெறக்கூடிய கடனட்டைகளையும் தனிப்பட்ட கடன்களையும் பெற்றாயிற்று. அவற்றை மீளப்பெற சகல உத்திகளையும் பயன்படுத்தித் தோற்ற வங்கிகள் அவனை 'கலெக்சன் ஏஜன்சி'களிடம் கையளித்துவிட்டன. ஏதேதோ எண்களிலிருந்தெல்லாம் தொலைபேசி அழைப்பு வரும். 'அடுத்து

நீதிமன்றத்தில் சந்திக்கலாம்' என்றெல்லாம் மிரட்டுவார்கள். அஞ்சல் பெட்டியைத் திறக்கவே பயமாக இருக்கும்.

யாழினி வேலைக்குப் போகிறாளாம். இந்தக் கடன்சுமை தன்மீதும் பொறிந்துவிடக்கூடாதென்று எண்ணி விலகிப் போன அவள் சுயநலவாதி என்று, மனம் இற்றுச் சாய்ந்த பொழுதுகளில் எண்ணியிருக்கிறான். இல்லை... அவள் அப்படியானவளில்லை. சம்பளம் கைக்கு வந்த மறுநாளே குழந்தையின் உணவுக்குத் திண்டாடும் நிலைமையை ஒரு தாயாக அவளால் பொறுத்துக்கொள்ள முடியவில்லை.

முன்னிருக்கைக் குழந்தை விழித்துக்கொண்டு தகப்பனிடம் செல்லங்கொட்டிக்கொண்டிருந்தது. இந்த அதிகாலையில் எங்கே செல்கிறார்கள்? அந்தத் தகப்பனின் முகந்தான் எத்தனை தெளிச்சையோடிருக்கிறது. எவ்வளவு நம்பிக்கையைத் தரும் வாழ்வு அவர்களுக்கு அமைந்துவிட்டிருக்கிறது. அந்த இளைஞனின் சட்டைப் பையில் ஒரு பேனா இருந்தது.

'இதைக் கொண்டு எந்தக் கடன் பத்திரத்திலும் கையெழுத்திட்டுவிடாதே நண்பனே.. கடனட்டைகளில் கூட உழைப்பவனின் குருதியை ருசித்து ரசித்து உறிஞ்சும் பிளாஸ்டிக் அட்டைகள் அவை.'

அந்த மனிதன் தனது மனைவிமீது அன்புகொண்டவனாயிருக்க வேண்டும். அல்லது, இந்த அதிகாலையின் குளிர்ச்சியில் அங்ஙனம் தோன்றுகிறான். குனிந்து அவளது செவிகளில் மெதுவாகப் பேசினான். முக்காடு விலகி கருகரு கூந்தல் தெரிய அவள் சிரித்தாள். தெத்துப்பல். ஆரோக்கியத்தின் அழகு நிறைந்த பெண். அவர்கள் அடுத்த ஆண்டு இன்னொரு குழந்தை பெற்றுக்கொள்ளக்கூடும். அதன்பிறகு, பேருந்துப் பயணம் சிரமமானதாகிவிடும். அந்த மனிதன் உழைப்பாளியாகத் தோற்றமளிக்கிறான். நிச்சயமாக ஒரு கார் வாங்குவான். தன்னைப் போல கடனாளியாக இருக்கமாட்டான்.

'நானொரு முட்டாள்' பார்வையை வீதிக்குத் திருப்பிக்கொண்டு தன்னை நொந்தான்.

சத்தியனுக்கு ஒரேயொரு தங்கச்சி. பெயர் வித்யா. நல்ல குண்டு; நல்ல அழகு. கொழும்பில் காப்புறுதி முகவராக வேலை செய்த வரோதயனை அவளுக்கு மாப்பிள்ளையாக்கினார்கள். தடல்புடலாகக் கலியாணம். ஐந்து நட்சத்திர விடுதியில்

வரவேற்பு. எட்டு மாதங்களிலேயே வரோதயனுக்கு கனடா விசா கிடைத்துவிட்டது.

அப்போதுதான் குளித்துவிட்டு வந்தாற்போன்றதொரு முகமும், முதுகுப் புறத்தில்கூட சிறு கசங்கலும் காணக் கிடைக்காத ஆடைகளுமாக, டவுன்ரவுன் தெருக்களில் அவசரமாக வேலைக்குப் போகிற மேலதிகாரிகளின் தோற்றத்தைக் கொண்டவன் அவன்.

"ஒருத்தனுக்குக் கீழை கூழைக்கும்பிடு போட்டு வேலை செய்யிறதெல்லாம் எனக்குச் சரிவராது." வந்த வரத்திலேயே அறிவித்துவிட்டான்.

ரியல் எஸ்டேட் ஏஜன்ட் ஆவதற்கான பயிற்சி வகுப்புகளில் ஓராண்டைக் கழித்தான். அதனையடுத்து வந்த ஒன்றரை ஆண்டுகளில் அவனால் ஒரு வீட்டைத்தானும் விற்க முடியவில்லை. வீட்டைக் காட்டவேண்டிய வரோதயன் 'உடுத்துப் படுத்து'ப் போவதற்கிடையில், வீட்டைப் பார்க்க வருபவர் காத்திருந்து களைத்துப்போய் தன்னுடைய வீட்டைச் சென்றடைந்திருப்பார். வரோதயன் 'பிரான்ட் நேம்' ஆடைகளையும் சப்பாத்துக்களையும் மட்டுமே அணிந்தான். வீட்டிலிருந்து தெருவுக்கு அவன் செல்வதற்குள்ளாகவே அவன் தெளித்திருந்த வாசனைத் திரவியம் தெருவைச் சென்று சேர்ந்துவிடும்.

வித்யா வேலைக்குப் போனாள்தான். ஆனாலும், இது கொஞ்சம் ஓவர்! சத்தியன் தங்கச்சியைக் கூப்பிட்டு விசாரித்தான்.

"அறம்புறமா காசு புழங்குது. எங்காலை?"

"கடன் வாங்கிறாரெண்டு நினைக்கிறன்" தமையனைப் பார்க்காமல் எங்கோ பார்த்துக்கொண்டு சொன்னாள்.

சத்தியன், வரோதயனைக் கூப்பிட்டு ஒருநாள் வகுப்பெடுத்தான். கடனில் வீழ்ந்த தன்னை உதாரணமாகக் காட்டினான்.

"கொண்ணர் முட்டாள்த்தனமா கடன் வாங்கினாரெண்டால் நானும் அப்பிடியே..." வித்யாவோடு சண்டைபிடித்தான் வரோதயன்.

அவன் காட்டிய 'படம்'அதிக நாள் ஓடவில்லை.

தொழில் தொடங்கப்போவதாகச் சொல்லி, வாங்க முடிந்த இடங்களிலெல்லாம் கடன் வாங்கி, வாங்கமுடியாமற்போன

கட்டத்தில், பத்து வீத வட்டிக்குக் கடன் வாங்கினான் வரோதயன். ஆயிரம் டொலருக்கு நூறு டொலர் மாத வட்டி! வட்டிக்கு மேல் வட்டி ஏறி கடன் அவர்களது தலையில் வாமன அவதாரம் போல கால்வைத்துக்கொண்டு நின்றபோது, வித்யா கணவனோடு கோபித்துக்கொண்டு அண்ணன் வீட்டுக்கு வந்துவிட்டாள். அதன்பிறகு, சத்தியன் வரவேற்பறைக்குள் உறங்கத் தொடங்கினான். வித்யாவின் மூக்குறிஞ்சலும் கேவலும் வரவேற்பறை வரை கேட்கும். கூடவே அவளை சமாதானப்படுத்துகிற யாழினியின் குரலும். வித்யாவோ ஒரே தங்கை. இவனோ இப்போதும் 'பாசமலர்' படம் பார்த்து குளியலறைக்குள் போய் விம்மி விம்மி அழுகிறவன். வேறு வழியில்லாமற் போக, தனபாலனிடம் வட்டிக்கு வாங்கி தங்கை கணவனின் கடனை அடைத்தான் சத்தியன். அதற்காகவே காத்திருந்தவன்போல, வரோதயன் கனடாவை விட்டு சொல்லாமல் கொள்ளாமல் யாழ்ப்பாணத்துக்கு ஓடிப்போய்விட்டான். அதன்பிறகும், அவனைத் தேடி கடன்காரர்கள் வீட்டுக்கு வந்தார்கள். வித்யா வெளிக்கு குற்றவுணர்வோடும், உள்ளுக்குள் நிம்மதியோடும் வன்கூவருக்குக் குடிபெயர்ந்தாள்.

கடன் என்ற சொல் சத்தியனுடைய இரத்தத்தில் நீந்தித் திரியவாரம்பித்தது அதன் பிறகுதான். திமிங்கிலம் வாலால் சுழற்றியடிப்பதுபோல அந்த நினைவு அவனை இரவுகளில் சுழற்றியடித்தது. மதுப்பழக்கம் மிகுதியானது. குடி என்பது தற்காலிக மயக்கந்தான். நள்ளிரவிலேயே விழிப்பு வந்துவிடுகிறது. தூக்க மாத்திரைகளும் நாளடைவில் அவனைக் கைவிட்டன. கடனைக் கொடுத்து முடிக்கும் நாளைக் கனவுகாண ஆரம்பித்தான். விழிப்புநிலையில் ஏற்படும் கனவுதானது. உடல் தளர்ந்து சில்லு வண்டியைத் தள்ளிக்கொண்டு நடந்துசெல்லும் வயோதிகத்தில்கூட தான் வட்டி கட்டிக்கொண்டிருக்கவேண்டி ஏற்பட்டுவிடுமோ என்று அஞ்சினான். தன்னுடைய ஓய்வூதியப் பணத்தின் ஒரு பகுதி வட்டியாகவே போய்விடுமெனவும் எண்ணிக் கலங்கினான்.

எட்டு மணி நேரம் நின்றபடியே தோல் பட்டியை விரட்டி விரட்டிப் பார்க்கிற வேலையின் ஊதியத்தில் பாதி வட்டிக்கே போய்விடுகிறது. சம்பளத்தை வங்கிக் கணக்கில் பார்க்கிறபோதெல்லாம் அது தன்னுடையதில்லையே என்ற துக்கம் மேலிடும்.

வட்டியில்லாமல் யாரிடமாவது கடன் வாங்கிக் கொடுத்துவிட்டு சிறுகச் சிறுக அடைத்துவிடலாமென்று பல தடவைகள் முயன்றான். ஏமாற்றமே எஞ்சியது. சத்தியன் கடன் கேட்டுக் கையேந்தியவர்களில்

ஒருவன் மூன்று ஆண்டுகளுக்கு முன்பு ஒன்றாக வேலை செய்தவன். தனது பிள்ளையின் பிறந்தநாள் கொண்டாட்டத்தின்போது, வந்த விருந்தினர்களில் ஒவ்வொருவருக்கும் இருநூறு டொலர்கள் செலவழிக்குமளவிற்கு நல்ல வசதிக்காரன். அவன் சத்தியனிடம் தனது பஞ்சப்பாட்டை உரக்கவே பாடிக் காட்டினான். ஏன் கேட்டோமென்றாகிவிட்டது. அவமானத்தில் துவண்டுபோனான் சத்தியன். அன்று முழுவதும் 'ஐயோ... ஏன் கேட்டேன்... ஏன் கேட்டேன்' என அரற்றித் திரிந்தான்.

மற்றவர், உறவுக்காரப் பெண்மணி. அவரிடம் கேட்பதற்கு முன், நாடகம்போல எத்தனை தடவைகள் ஒத்திகை பார்த்தான்! ஏழெட்டு நாட்களாக அவனுடைய தலைக்குள் அந்த வாசகங்கள் சுழன்றுகொண்டிருந்தன. 'கொஞ்சம் கொஞ்சமாத் திருப்பித் தந்திடுவன்' என்ற கடைசி வாசகத்தை விதவிதமாகச் சொல்லிப் பார்த்தான். ஒத்திகைகளை, 'இல்லை' என்ற ஒற்றைச்சொல்லால் ஒரே நொடியில் காலிசெய்தார் அவர். அவரிடம் மில்லியன் கணக்கில் பணமிருந்தது. அது அவரையறிந்த எல்லோருக்கும் தெரியும்.

'எனக்கு யாருமில்லை' அவன் தன்னிரக்கத்தை மறைக்க வெளியே பார்த்தான்.

எல்ஸ்மெயார் நிறுத்தத்தில் ஒரு பெண் பேருந்தினுள் ஏறினாள். குள்ளமாயிருந்தாள். மங்கோலிய முகம். தொடைப்பகுதியில் கிழித்துவிடப்பட்ட நீலநிற ஜீன்ஸ். கையில் வைத்திருந்த கனத்த புத்தகத்தினுள் ஆழ்ந்துபோனாள். பெரும்பாலும் அது பாடப்புத்தகமாகத்தானிருக்கும். எப்பாடுபட்டேனும் நல்லவேலையில் அமர்ந்துவிடுவாள். கடன் வாங்கவேண்டிய தேவை அவளுக்கு இராது.

பேருந்து புகையிரத நிலையத்துள் நுழைந்தது. படிகளில் இறங்கிச் சென்று, புகைவண்டியில் ஏறிக்கொண்டான் சத்தியன். மேற்கு நோக்கிச் செல்லும் அதன் முகப்பில் 'கிப்ளிங்' என்று எழுதப்பட்டிருந்தது. அதுதான் கடைசியாகச் சென்று தரிக்குமிடம்.

அவனது கண்களுக்கு வெள்ளைக்காரர்களாகத் தோற்றமளிப்பவர்கள் பெரும்பாலும் புத்தகத்தைப் பிரித்துக்கொண்டே அமர்கிறார்கள். வாசிக்கிறார்களோ, இல்லையோ இறங்கும்வரை அதை மூடுவதில்லை.

சத்தியனுக்கு முன்னால் அமர்ந்திருந்தவன் தோளிலிருந்து கால்

வரை நீண்ட ஒரே ஆடையை அணிந்திருந்தான். வீதிகளைச் செப்பனிடும் தொழிலாளர்கள் அணியும் கனத்த சப்பாத்துக்கள் மாட்டியிருந்தான். வாயை நீள்வட்ட 'ஓ'வாகத் திறந்துகொண்டு உறங்குகிறான். மடியில் கிடந்த பையினுள் மதிய உணவு இருக்கலாம். மற்றொருவன் மஞ்சள் நிறத்தவன். நின்றபடி தூங்கிவழிகிறான். பார்த்துக்கொண்டிருக்கையிலேயே, விடுதிகளில் நடனமாடும் பெண்களைப் போல, புகையிரதத்தினுள்ளிருந்த அலுமினியக் கம்பத்தை ஒரு சுற்று சுற்றி வந்துவிட்டான். தனபாலனின் கண்களும் எப்போதும் தூக்கக் கலக்கத்தோடே இருக்கும். அவன் 'ட்றக்' ஓட்டுகிறான். அமெரிக்காவின் மாநிலங்களெல்லாம் அவனுக்கு அத்துப்படி. நாற்பத்தெட்டு அடி நீளமான அவனுடைய கனரக வாகனம் அமெரிக்காவுக்கும் கனடாவுக்குமிடையில் பொருட்களை ஏற்றுவதும் இறக்குவதுமாக ஓடித் திரிகிறது.

சில நாட்களில் சத்தியன் வெளியில் சென்றுவிட்டுத் திரும்பிவரும்வரை தொடர்மாடிக் குடியிருப்பின் கார் தரிப்பிடத்தில் தனபாலன் வட்டிக்காசுக்காகக் காத்துக் கிடப்பதுண்டு. கிடைத்த நேரத்தை வீணாக்க விரும்பாது காரினுள் உறங்கிக் கிடப்பான். கனவிலும் வாகனம் ஓட்டுவதுபோன்று கைகள் ஸ்டீயறிங்கில் பதிந்திருக்கும்.

"நேற்றுத்தான் ஒஹாயோவில இருந்து வந்தனான்" என்பான் எழும்பி.

தனபாலன் தன் வாழ்வில் விடுமுறையின் இன்பத்தை அனுபவித்ததேயில்லை. அவனைப் பொறுத்தளவில் எவ்வளவுக்கு வங்கிக் கணக்கில் பணம் ஏறுகிறதோ அவ்வளவுக்கு சந்தோசமும் ஏறும். அவனுடைய மனைவியும் ஒப்பனைப் பொருட்கள் தயாரிக்கும் தொழிற்சாலையொன்றில் வேலை செய்கிறாள். அவளது முகம் எப்போதும் பளிச்சென்றிருப்பதற்கும் அந்த வேலைக்கும் நிச்சயமாகத் தொடர்பு இருக்கவேண்டும். ரொறன்ரோவில் தனபாலனுக்கு சொந்தமாக நான்கு வீடுகள் இருப்பதாக நண்பர்கள் சத்தியனிடம் சொல்லியிருக்கிறார்கள்.

ட்றக்கில் உறங்குவதற்கெனப் பயன்படுத்தப்படும் மறைப்புடன் கூடிய குறுகலான படுக்கையில் பாலியல் தொழிலாளியொருத்தியை கூடியதாக ஒருமுறை சத்தியனிடம் கூறினான். இவன் முகத்தை ஒரு மாதிரியாகக் கோணிக்கொண்டு 'ஏனப்படி?'என்றான். "உண்மையைச் சொன்னால் எனக்கு அதுக்கெல்லாம் நேரமில்லை. நான் வீட்டிலை தங்கிற நாளுகளிலை மனுசி வேலைக்குப் போயிருக்கும்" என்றான் தனபாலன் அசிரத்தையாக. ஒரு

கோடைகாலத்தின் விடுமுறை நாளொன்றில், தனது குழந்தைகள் இளைஞர்களாக வளர்ந்திருப்பதைக் கண்டு தனபாலன் திகைத்துப்போகக்கூடும்.

என்னதானிருந்தபோதிலும் கதை சொல்வதில் மட்டும் தனபாலன் கஞ்சத்தனம் காட்டுவதில்லை. எப்போதாவது நண்பர்களோடு உணவகத்திற்குச் செல்லும்போது, பில்லை யாராவதொருவர் பக்கம் தள்ளிவிட்டுவிட்டு பராக்குப் பார்ப்பதாக அவன் பாவனை செய்வதைச் சகித்துக்கொள்வது அதன்பொருட்டே.

"கலிபோர்னியாவுக்குப் போற ஹைவேல ஒருநாள் வாகனம் ஓட்டிக்கொண்டிருக்கிறன். பெருங் காடு. திடீரெண்டு, வெள்ளைச் சீலை கட்டின ஒரு வெள்ளைக்காறி ஒருத்தி ட்றக்கை நிப்பாட்டச் சொல்லி கைகாட்டுறாள். எனக்கு நல்லாத் தெரியுது அது பேயெண்டு. அவளைத் தாண்டிப் போறன். ஐம்பது, ஐம்பத்தைஞ்சு கிலோ மீற்றர் கழிச்சு அதே வெள்ளைக்காரி திரும்பவும் கையைக் காட்டுறாள்."

"ச்சா! அருமையான சான்ஸ். நிப்பாட்டியிருக்கலாம்" கிருபா சொன்னான்.

தனபாலனின் கண்களிலும் நப்பாசை பளிச்சிட்ட மாதிரித்தானிருந்தது.

"எங்கடை கண்ணிலை தட்டுப்படுற வெள்ளைக்காரப் பேய் கூட. சீலைதான் கட்டியிருக்கும்" சத்தியன் சிரித்தான்.

"அதொரு தோற்றமயக்கம். நிப்பாட்டாமல் கன நேரமாய் வாகனம் ஓடிக்கொண்டிருந்திருப்பாய்" நிர்மலன் கையில் நண்டுக் காலோடு பேய்க்கதைக்கு முற்றுப்புள்ளி வைத்தான்.

தனபாலன் எவருக்கும் பதிலளிக்காது கனகாரியமாகச் சாப்பிட்டுக்கொண்டிருந்தான்.

ஒருநாளாவது இப்படி பேருந்துனுள்ளிருப்பவர்களையும் புகையிரதத்தினுள்ளிருப்பவர்களையும் சாலையையும் பராக்குப் பார்த்துக்கொண்டு பயணம் செய்ய தனபாலனால் முடிந்திருக்குமா?

இவனுடைய சாவுச்செய்தி தனபாலனை ஒரு பீரங்கிபோலத் தாக்கக்கூடும். அல்லது புகையிரதம்போல. சிலசமயம் இவனுடைய மனைவி யாழினியைக் காட்டிலும் அந்தச் செய்தி அவனுக்குத்

துக்கந்தருவதாயிருக்கலாம். உள்ளொடுங்கிய ஜீவனற்ற அந்தக் கண்களில் கண்ணீர் வழிந்தோடுவதை சத்தியன் கண்டான்.

"என்ரை காசு... என்ரை காசு" ட்றக் ஓட்டிகள் பயன்படுத்தும் கழிப்பறையினுள் அமர்ந்து முதுகு குலுங்க தனபாலன் அழுகிறான்.

சத்தியன் பேப் இரயில் நிலையத்தில் இறங்கினான். எவ்வளவு அழகான புகையிரத நிலையம்! சாவதற்குச் சரியான இடம்!

விலத்திக்கொண்டு விரைகிற மனிதர்கள். எல்லோரும் வாழ்வினைத் தேடியே ஓடுகிறார்கள். நான் மட்டும்... இமைத்து நிறுத்தப் பார்த்த எத்தனத்தையும் மீறி கண்ணீர் வழிந்துவிட்டது.

"என்ரை காசு... என்ரை காசு" தனபாலன் வழிமறித்து விம்முகிறான். நாளில் பெரும் பகுதியை வாகனத்திலேயே கழிப்பதால் பெருத்துவிட்ட வயிற்றில் கண்ணீர் சிந்துகிறது. அவனது வாகனம் மழையையும் பனியையும் ஊடறுத்துக்கொண்டு கனத்த பாம்பென ஊர்கிறது.

சத்தியன் சுவரையொட்டிப் போடப்பட்டிருந்த இருக்கைகளிலொன்றில் அமர்ந்தான். ரயில்கள் கூவிக்கொண்டோடி வருகின்றன. "பாயடா... பாய்"மரணம் அந்த 'வெள்ளைக்காரப் பேய்' போல கையசைத்துக் கூப்பிடுகிறது. கைவிரல்களைப் பார்த்தான். அவை நடுங்கிக்கொண்டிருந்தன. கால்களுந்தான். கைகளால் கால்களை அழுத்தினான். எனினும், நடுக்கம் நிற்கவில்லை.

கறுப்பினத்தைச் சேர்ந்த இளைஞன் ஒருவன் இவனைத் திரும்பிப் பார்த்தான். இவன் அவனுடைய கண்களைத் தவிர்த்து தண்டவாளத்தைப் பார்த்தான். தற்கொலையின் சாயல் தன்மீது படிந்துவிட்டதோவென ஐயுற்றான். முகத்தை அழுத்தித் துடைத்தான்.

"பாயடா! பாய்!" தன் முதுகைத் தானே தள்ளினான்.

தொலைவில் ரயிலின் கூவல் கேட்கிறது. சில நொடிகளில் வந்துவிடும்.

எழுந்தான். நடந்தான். ஒரு சில அடிகள் தூரத்தில் மரணம்!

"வா நாயே வா! கடன்கார நாயே!" ரயில் கூப்பிடுகிறது.

விழுந்துபோனான்.

கண்களை விழித்துப் பார்த்தபோது, அந்தக் கறுப்பின இளைஞன் தன்னைத் தாங்கிப் பிடித்திருப்பதை உணர்ந்தான். தண்டவாளத்தில் விழுவதற்குள் ரயில் முகப்பு அவனைக் கடந்துபோயிருந்தது. ஆனால், பயத்தில் மயங்கிவிட்டான். யாரோ அம்புலன்சை அழைக்கிறார்கள். இனி பொலிஸ் வரும். தற்கொலை முயற்சி என குற்றஞ்சாட்டி வழக்குப் பதிவார்கள். பசிமயக்கமென்று சமாளித்துவிடுவான்.

ஆனால், நண்பர்களிடத்தில் செய்தி பரவிவிட்டது. தனபாலன் பதறிப்போய் ஓடிவந்தான்.

“இப்பிடியா செய்வாய்?”

வீடு திரும்பியிருந்த யாழினி தனபாலனின் முகத்தை வெறுப்போடு நோக்கினாள்.

“ரெண்டொரு கிழமை கழிச்சு வட்டிக்காசைத் தாறனெண்டு சொல்லியிருந்தா நான் சிறியனை ஒரு மாரிச் சமாளிச்சிருப்பன். ஒரு சிநேகிதனுக்காக இதைக் கூடச் செய்யமாட்டனா?”

தனபாலனுடைய காதைப் பொத்தி ஓங்கி ஒரு அறைவிட்டான் சத்தியன். அந்த வீட்டை விட்டு வெளியேறி வெகுநேரத்திற்குப் பிறகும் தனபாலனின் செவிகளில் புகையிரதத்தின் கூவல் சத்தம் கேட்டுக்கொண்டேயிருந்தது.

●

தோற்றப் பிழை

விரல்கள் அந்த வரியிலேயே நின்றன. அதற்குமேல் எழுத்து நகருமென்று தோன்றவில்லை. நேரத்தைப் பார்த்தேன். பன்னிரண்டை நெருங்கிக்கொண்டிருந்தது. பேனாவை மூடிவைத்துவிட்டு விடுதியின் பன்னலருகில் போய் நின்றேன். பாண்டிச்சேரி உறங்கிக்கொண்டிருந்தது. உறங்காத கடல். கரையேறவிடாமல் தம்மைத் தடுத்துநின்ற பாறைகள்மீது அலைகள் மூசியறையும் சீரான ஓசை. நெடிய விளக்குக் கம்பங்களிலிருந்து சிந்திய ஒளி வெண்ணிற அலைகளை பொன்னிறமாக்கியிருந்தது. பக்கவாட்டில் தெரிந்த கட்டடத்தின் பச்சைநிற விளக்குகளாலான பெயர், மழையில் கலங்கி ஒளிர்ந்தது.

இரவில் பெய்யும் மழை தனிமையைக் கூட்டுவது. நிராகரிப்பை நினைவூட்டுவது. அந்தப் பின்னிரவிலும் யாரோ ஒருவன் ஒலிப்பானை அலறவிட்டுக்கொண்டு போகும் சத்தம் சற்று தூரத்தில் ஒலிக்கிறது. தான் கூடடைந்திராத இரவில் மற்றவர்கள் உறங்குவதாவது என்ற வயிற்றெரிச்சல்! அல்லது, போதையின் உந்துதல்!

இந்த நகரத்தில் பறவையின் சிறகசைப்பினையொத்த ஏதோவொரு நயம் இருக்கவே செய்கிறது. கடலருகில் நிற்கும்போது, கற்றளம் பாவிய நேரான வீதிகளில் நடக்கும்போது, புதுமையும் பழமையும் கலந்து, காலம் முன்னகர்கிறதா, பின்னகர்கிறதா என்ற மயக்கத்தை ஏற்படுத்தும் கட்டடங்களைப் பார்க்கும்போது அதை என்னால் உணரமுடிகிறது. அந்த நயமே என்னை மறுபடி மறுபடி இங்கு அழைத்துவருகிறது. யார் கண்டது? காதலிக்கு ஒருமுகமும் மனைவிக்கு

மற்றோர் முகமுங் காட்டும் ஆண்களைப் போல, உள்ளூர்வாசிக்கும் அவ்வப்போது வந்துசெல்கிறவருக்கும் நகரங்கள் வெவ்வேறு முகங்களைக் காட்டக்கூடும்.

பெருங்காற்று, மழைச்சாரலை அறையினுள் விசிறியடித்தது. எழுதப்பட்ட வரி கலைந்து மையாகப் பரவியது. ஓடிச்சென்று யன்னலை மூடினேன். காற்றும் மழையும் இணைந்து, மூடப்பட்ட யன்னலைத் தட்டி 'திற... திற' என்றன.

என்னால் தவறவிடப்பட்ட கதாபாத்திரமொன்று, மழையினுள் நனைந்தபடி விடுதியை நோக்கி வந்துகொண்டிருக்கும் மங்கலான தோற்றுரு! கதவு தட்டப்படும் ஓசையை எதிர்பார்த்துக் காத்திருந்தேன். யாரும் வரவில்லை! கதாபாத்திரங்களுக்கு மட்டும் வீம்பு இருக்காதா என்ன? புறக்கணிப்புத் தாளாமல் வெளியேறிப் போனால் போனதுதான். என்னதான் வருந்தியழைத்தாலும் அதே உயிர்ப்போடும் தகிப்போடும் மீண்டும் வந்து விரல்களில் இறங்குவதில்லை. என்னுடைய கதாபாத்திரங்கள், எங்கோ தொலைவிலுள்ள புல்வெளிகளிலும் பள்ளத்தாக்குகளிலும் முயல்களாக மாறி தவ்விக்கொண்டிருப்பதான மனப்படிமம் அவ்வப்போது தோன்றுவதுண்டு.

தூக்கம் இமைளை இலேசாக இழுத்துப் பார்த்தது. விளக்கை அணைத்துவிட்டு கட்டிலில் சரிந்தேன்.

இடியோ உறங்கவில்லை. அது உருண்டு புரண்டு ஓசையெழுப்புகிறது. மின்னலின் ஒளிப் பாய்ச்சலில் அறையிலிருந்த பொருட்கள் துலக்கமாயின. 'இன்று அவ்வளவுதானா?' காகிதங்கள் படபடத்தன.

நான் சொன்னேன்: "அவர்கள் வரவேயில்லை!"

வெயில் மறைந்த மந்தாரமான காலையில் உயிர்பெற்றசையும் தெருக்கள்.

சிறிய நகரங்களையே எனக்குப் பிடிக்கிறது. அங்கே தோள்களில் சிறகு பூட்டிய மனிதர்கள் குறைவு. 'வணக்கம்', 'நலமா?', 'இன்று காலநிலை அவ்வளவு மோசமாக இல்லை' நின்று சில வார்த்தைகளாவது பேசுகிறார்கள். சென்னை போன்ற பெருநகரங்களிலுள்ளவர்கள் 'வாலில் தீப்பிடித்தாற்போல திரிகிறார்கள்' என்றொரு தோழி கூறியது நினைவில் வந்தது.

இதோ... வெள்ளை குர்த்தாவும் பஜாமாவும் அணிந்த

வெள்ளைக்காரர் வணக்கம் கூறிவிட்டுப் போகிறார். அரவிந்த பக்தர். அவரளவில் பாண்டிச்சேரி ஆன்மீக நகரம். பல்லாயிரக்கணக்கான மைல் தொலைவிலிருந்து கடவுளையோ, மேலான சக்தியையோ, அமைதியையோ தேடிவந்திருக்கிறவர்களில் ஒருவர்.

"யாரைத் தேடுகிறாய்?" கைவினைப் பொருட்கள் விற்கும் கடையிலிருந்த முதிய பெண் வினவினாள். பிரெஞ்சு—இந்தியக் கலப்பின அடையாளங்கள் கொண்டவள்.

"எனது கதாபாத்திரங்களை"

அவள் சிரித்தபோது, நன்றாய்க் கனிந்த மாம்பழத்தையொத்த முகத்தில் சுருக்கங்கள் விழுந்தன.

"தேடினால் கிடைக்காதது உண்டா?"

நன்றி கலந்த புன்னகையைச் சிந்திவிட்டு கடலுக்கு நடந்தேன்.

பிரமாண்டமான அலையொன்றின் மீதேறி, நான் தேடும் கதாபாத்திரம் என்னை வந்தடையக்கூடுமெனக் காத்து நின்றேன். நஞ்சின் பாரம் தாங்காமல் தலைகவிழ்த்து ஓடிவரும் நாகங்களாய் அலைகள்தாம் சுருண்டு சுருண்டு வந்தன. எழுந்தபோதிருந்த உற்சாகம் வடிந்துவிட்டது. ஜலப்பிரளயம் மூழ்கடித்துத் திரும்பியபின் எஞ்சிய சிதிலமாக என்னை உணர்ந்தேன்.

நிலைகொள்ளவில்லை. எழுதினால் இந்தப் பரிதவிப்பு தணியக்கூடும். கலவியின் உச்சம் நிறைந்ததும், ஒரு விம்முதலும் விடுதலையும் ஏற்படுமே! அது போலோர் மோனமே நான் வேண்டுவது. ஆனால், எழுத்தோ இன்று போக்குக் காட்டுகிறது. குடித்தாலும் இந்தப் படபடப்பு அடங்கலாம். அல்லது, அதுவே இந்த நெருப்பை மேலும் விசிறிவிட்டு பித்தேற்றவுங்கூடும். மதுபானச்சாலையை நோக்கி நடக்கத் தொடங்கினேன்.

வழியில் பாரதியார் பூங்கா மத்தியில் ஆயி மண்டபம் வெண்ணிறத்தில் தனித்து நின்றது. அதன் மாய விகாசம் எப்போதும் என்னை மயக்கி இழுப்பது. எவ்வளவோ முயன்றும், காகிதத்தில் இறங்க மறுத்துவிட்ட பிடிவாதக்காரி இந்த ஆயி! இருப்பதுபோலிருப்பாள்; நெருங்கினால் அரூபமாகிவிடுவாள்.

வெறுமை இருளெனக் கவிய பூங்காவிலிருந்து வெளியேறினேன்.

குறுக்கும் நெடுக்குமான வீதிகள், வெளிச்சுவரும் உட்சுவரும்

ஒன்றேயான கட்டடங்கள், இருபுறமும் தூண்கள் கொண்ட வாயில்கள், பிரெஞ்சுப் பாணியிலான யன்னல்கள், மொழியும் இனமும் நிறமும் வெவ்வேறான மனிதர்கள்... அதோ, நெடுங்கிருதாவும் முழங்கால் வரை நீண்ட சப்பாத்துக்களும் தரித்த பிரெஞ்சுச் சிப்பாய்கள் குதிரைகளிலேறி விரையும் ஓசை கேட்கிறது.

கால்வாயை ஒட்டி ஓடும் சாலையிலிருந்து பிரிந்த கிளையொழுங்கையினுள் இறங்கி நடக்கவாரம்பித்தேன்.

எனக்கு சற்று தொலைவில் பெண்ணொருத்தி போய்க்கொண்டிருந்தாள். அந்நிமிடம் தெருவில் வேறெவருமில்லை. இருந்தாற்போல் அவள் திரும்பிப் பார்த்தாள். எதிர்பாராதபோது பேரலையொன்றினால் மோதப்பட்டதுபோல தடுமாறி விழப்போனேன். பதினாறாம் நூற்றாண்டின் கண்கள். 'காதளவோடிய விழிகள்' என்ற பழங்கதை வர்ணனையை நினைவுட்டும் நீளகல ஆழிகள் அவை. தொல்பொருட்காட்சிச்சாலையில் கண்ட சிவகாமி அம்பாளின் உடல் வளைவுகள். நல்ல உயரம். கணுக்கால் வரை நீண்ட பாவாடை அணிந்திருந்தாள். பாதங்களில் மருதாணிச் சிவப்பு. அகலப் பட்டை கொண்ட தங்கக் கொலுசுகள் அணிந்திருந்தாள்.

'உயிரோடு இருந்திருந்தால் நானூறு வயதைக் கடந்திருப்பாள்' இப்போது முப்பது வயது மதிக்கலாம்.

ஒருகணம் நின்று, மீண்டும் திரும்பிப் பார்த்தாள். என்னை அறிந்த பார்வை. எதனாலோ தூண்டப்பட்டு "ஆயி" என்றேன். புன்னகைத்தாள். அழைப்பின் சிரிப்பு அது. எலும்புக் குருத்தை குளிர் கலந்த பயம் ஊடுருவியது. திரும்பவும் நடக்கத் தொடங்கினாள். அவளது வேகநடைக்கு என்னால் ஈடுகொடுக்க முடியவில்லை. இதயம் துடிக்கத் தொடர்ந்தேன். சடுதியாய் ஒரு சந்துக்குள் திரும்பினாள். நான் அவ்விடமெல்லாம் சுற்றியலைந்தவள்தான். ஆனால், அப்படியொரு சந்து அங்கேயிருப்பது எனக்குத் தெரியாது. பின்னாலேயே போய் "ஆயி" என்று கூவியழைத்தேன். மறைந்துவிட்டாள். தெரு வெறிச்சோடிக் கிடந்தது. அந்தத்தில் புகாராய் மூடிக்கொண்டு நெருங்குவது புகையா? மழையா? மயக்கியது. அடுத்த நொடி பிரதான வீதியிலிருந்தேன்.

தெருவோரம் காய்கறி விற்றுக்கொண்டிருந்தவர் "ஆயியா?" என்றார். திகைத்துப் போய் அவரைப் பார்த்தேன். பதில் கூற நாவெழவில்லை.

ஏதென்றறியாத ஒன்று என்னைச் செலுத்தியது. புறப்பட்ட காரியத்தை மறந்து, அவள் போயிருக்கக்கூடும் என்று அனுமானித்த திசையில் போனேன். அந்த விழிகள் மதுவைக் காட்டிலும் போதையூட்டி அழைத்தன.

தூரத்தில் மரத்தடியில் நின்றுகொண்டிருப்பது அவளா? அவளேதான்! காந்தத்தால் ஈர்க்கப்படும் இரும்புத்துண்டென நெருங்கினேன். 'நீ வருவாயென்று எனக்குத் தெரியும்' உதடு பிரியாத முறுவலுடன் என்னை எதிர்கொண்டாள். கீழுதட்டின் அழகில் கிறங்கி நோக்கிய மூக்கில் மூன்று சிவப்புக் கற்கள் பதிக்கப்பட்ட மூக்குத்தி. காதுகளில் நீண்ட தொங்கட்டான்கள். மெலிந்த இடுப்பைத் தாண்டி, அடர்ந்து சுருண்ட கூந்தல். சிற்ப மார்புகள்.

என்னுடல் அந்த அழகின் பெருவீச்சைத் தாங்கமாட்டாமல் நடுங்கிற்று.

அதுவொரு நெடிதுயர்ந்த அரசமரம். அதன்கீழ் அவள் நிற்கும் காட்சியை எவரேனும் வரையக்கூடுமெனில், கதைகள் கொணரத் தவறியதை அந்த ஓவியம் காட்சிப்படுத்திவிடும்.

"நான் உன் வரலாற்றை கதையாக எழுத நினைத்தேன்" என்றேன்.

'நானூறு வயதுக்காரியை ஒருமையில் அழைப்பது சரிதானா?' என்றொரு தயக்கம். ஆனால், எதிரில் நிற்கும் உருவத்திற்கோ முப்பது வயதுக்கு மேலிராது. பாதகமில்லை!

அவள் சிரிப்பில் மல்லிகை மணத்தது.

"ஒரு தாசியின் மாளிகையை கோயிலென்றெண்ணி வணங்கினேனே என்று வெகுண்ட கிருஷ்ணதேவராயர், உனது மாளிகையை இடிக்கக் கட்டளையிட்டபோது, இடித்துவிட்டு உன்பாட்டில் போயிருக்கலாம். ஆனால், உன் பேரிழப்பிலும் இடிந்துபோய் இருந்துவிடாமல், மக்களின் தாகந் தீர்க்க ஒரு பெரிய ஏரியை வெட்டினாய்! ஆங்காரத்தால் அழிக்கப் பணித்த கிருஷ்ணதேவராயரை இந்த மண் மறந்துவிடக்கூடும். நீயோ காலகாலமாக மக்களிடையே கதைகளாய் வாழ்கிறாய்." பரவசத்தோடு கூறினேன்.

குறுஞ்சிரிப்புடன் அவள் என்னைப் பார்த்தாள்.

“அதிகாரத்திற்கெதிரான மறைமுகமான எதிர்வினையா அது?” குறுகுறுப்புடன் வினவினேன்.

“எழுத்தாளர்கள் வரலாற்றை தங்கள் எழுதுமேசைகளில் பிணமாகக் கிடத்தி ஆய்வு செய்கிறார்கள்” கூறிவிட்டு சில நொடிகள் மௌனமாக இருந்தாள்.

“இந்நகர், வீதி அழகுக்கும் நீதி அழகுக்கும் பேர்பெற்றதெனச் சொல்வோருளர். ஆனால், அன்று கிருஷ்ணதேவராயரை தட்டிக் கேட்கத் துணிந்தவர் எவருமில்லை. ‘வேசிதானே’ என்ற இளக்காரம். நானே நேரில் போய்க் கெஞ்சினேன்; கதறினேன். காசுக்காக கால்களை விரித்துக் கிடப்பவளின் மாளிகையை நெடுஞ்சாண்கிடையாக வீழ்ந்து வணங்கினேனே என்ற நியாயமற்ற சீற்றத்தை அவரது விழிகளில் கண்டேன். மாளிகையை இடிப்பதற்கு கால அவகாசம் மட்டுமே கிடைத்தது.” நீளகல விழிகளில் சினத்தின் செந்நிறம் படர்ந்தது.

அவ்விடத்தை துர்க்கந்தமும் வெப்பமும் சுழத்தொடங்கின. உடல் காந்தியது. கடலிலோ, குளத்திலோ ஓடிப்போய்க் குதித்தாலன்றி தணியாததுபோல தணற்காடாய் கனன்றது. என் இரத்தமெல்லாம் பயமாக மாறியது.

“மாலையானதும் எனது மாளிகை திருவிழாக்கோலம் பூண்டுவிடும். விளக்குகளால் ஒளிரத்தொடங்கும். அகிலும் சாம்பிராணியும் கலந்த வாசனை காற்றில் இழையும். அலையலையாய் பெருகும் இசை... யாழ், குழல், மேளதாளம் இவற்றின் பின்னணியில் ஒரு குரல் சேர்ந்திசைப்பது கேட்கிறதா? கேட்கிறதா?” அவளுடைய உதடுகள் நூற்றாண்டுகளுக்கு முன்னால் சென்றுவிட்டதுபோல எதையோ முணுமுணுத்தன. கிறங்கிக் கிறங்கி இமைகள் மூடின. எனக்கோ பாடலின் பொருள் புரியவில்லை. என் வாழ்நாளில் ஒருபோதும் கேட்டிராத அபூர்வமான இசை அது. தேவாரப் பண்ணொத்த... ஆனால், தேவாரமில்லை. காதலைத் தூண்டும் இசை. வாழ்வை நோக்கி அழைத்துச் செல்லும் இசை.

“எல்லாவற்றையும் அழிக்கப் பணித்தார். என்னுடைய மாளிகையை கோயிலெனக் கருதி வணங்கியது கிருஷ்ணதேவராயரது தவறல்லவா? என்னுடையதல்லவே?” மட்டியின் ஓடு போன்ற விழி மடல்களைத் திறந்து கேட்டாள்.

என்னால் பதிலளிக்க இயலவில்லை. எனது மௌனத்தை இட்டு நிரவுவதுபோல சலசலத்தன இலைகள்.

"நான் அவரைப் பழி தீர்ப்பேன்" என்றாள். தீர்க்கத்தோடு நிலைத்தன நீண்ட விழிகள்.

"ஏற்கெனவே இறந்துவிட்டவரை உன்னால் எப்படிக் கொல்ல முடியும்? மேலும் அவர் மாமன்னர்" அதைச் சொல்லும்போதே அசந்தர்ப்பமான ஏதோவொன்று நிகழப்போகிறது என்பதை உணர்ந்தேன்.

"பெண் வேசி. ஆண் மாமன்னர்" அவள் சிரித்த சிரிப்பில் மரத்திலிருந்த பறவைகள் சிறகடித்து மேலெழுந்தன.

'புழுவே!' என்பதாக என்னைப் பார்த்தாள். பிறகு, வேகவேகமாக நடக்கத்தொடங்கினாள். ஓரெட்டில் நான்கடி கடந்தாள். நான் அவளுக்குப் பின்னால் மூச்சிரைக்க ஓடினேன். மறுபடியும் அவளைத் தவறவிட்டுவிடுவேனோ எனும் அச்சம் என்னை ஓடவைத்தது.

வெள்ளாளர் வீதியிலிருந்த, மக்கள் தலைவர் சுப்பையாவின் வீட்டை நெருங்கியதும் ஆயி மறைந்துவிட்டாள். திகைப்போடு அந்த வீட்டு வாசலில் நின்றேன். இனிமேல் அவளைக் கண்டுபிடிப்பது சிரமம். அந்த இல்லத்திற்கு ஏற்கெனவே போயிருக்கிறேன். ஒவ்வொரு அறைக்கும் இரண்டிரண்டு வாசல்கள், நிலவறை வேறு. தோழர் சுப்பையா அரசாங்கத்திற்கெதிரான நடவடிக்கைகளில் ஈடுபட்டிருந்ததால் அடிக்கடி அவரைத் தேடி பொலிஸ்காரர்கள் வருவர். பொலிஸ்காரர்கள் ஒரு வாசல் வழியாக உள்நுழைந்தால் அவர் மறுவாசல் வழியாக தப்பிவிடுவார்.

தயக்கத்திற்கு இது நேரமில்லை! விறுவிறுவென உள்ளே நுழைந்தேன்.

சம்பிரதாயமாக ஆரம்பித்து விசயத்திற்கு வந்தேன்.

"ஆயி இங்கு வந்தாரா?" அபத்தமாக ஒலித்தது என் கேள்வி.

"நல்ல உயரமாக... அழகாக..." அந்தப் பெண் பதிலளிப்பதற்குள் முந்திக்கொண்டு மேலதிக அடையாளங்களைச் சேர்த்தேன். 'உயரமானவர்களெல்லாம் அழகானவர்களா?' உள்ளிருந்து ஒரு குரல் நகைத்தது.

"ஆம். அரை மணி நேரம் முன்னர்தான் வந்தார். மாடியில் இருக்கிறார்" நினைவில்லத்தின் நிர்வாகியான பெண்மணி கூறினார்.

'அரை மணி நேரமா?' குழம்பினேன்.

குறுகலான படிகளில் ஏறி மாடிக்குப் போனேன். அறைகளுள் வெறுமை உலவியது.

"சற்றுமுன்னர் இங்கேயொரு பெண் வந்தாளா? எனது தோழி" வழிகாட்டிப் பெண்ணிடம் பொய் கலந்து கேட்டேன்;.

"அவர் அப்போதே போய்விட்டாரே..."

'அப்போதா?' ஆயியின் காலக்கணக்கில் ஒரு நிமிடம் என்பது எத்தனை மணிகள்!

ஒவ்வொரு அறையாகத் தேடினேன். எங்கேயுமில்லை. கதவுகள் நிறைந்த வீடது. ஆயியைத் தவறவிட்டுவிடுவேன் என்ற பதட்டத்தில் ஏற்கெனவே தேடிய அறைகளுக்குள்ளேயே மீண்டும் மீண்டும் சுற்றிக்கொண்டிருப்பதை தாமதமாகவே உணர்ந்தேன். ஆற்றாமையில் அழுகை வந்தது. வழிகாட்டிப் பெண் மட்டும் வெளியேறும் வழியைக் காண்பித்திருக்காவிட்டால், பித்துநிலையில் அங்கேயேதான் சுற்றிக்கொண்டிருந்திருப்பேன்.

அந்தக் கேள்வியை ஆயியிடம் நான் கேட்டிருக்கக்கூடாது. நூற்றாண்டுகால கோபத்தீயின் திரியை என்னையறியாது தூண்டிவிட்டுவிட்டேன்.

மழை மூடிக்கொண்டு நெருங்கியது. கையில் பூக்கூடையோடு என் பின்னால் வந்த பெண்ணொருத்தி "ஆயிக்கு மல்லிகைப் பூ பிடிக்கும்" என்றாள். அயர்ச்சியும் ஏமாற்றமும் என்னை மூடின.

எனக்குத் தெரியும், சர்வநிச்சயமாக நான் அவளைச் சந்தித்தேன். கலையின் மோகாவேசங் கொண்டு ஒரே மூச்சில் வரையப்பட்ட சித்திரம்போன்ற அந்த முகம் கண்களுக்குள் இன்னமும் நிற்கிறதே!

நான் களைப்படைந்துபோனேன். அவளையொத்த ஒருத்தியை முழு ஆகிருதியோடும் எதிர்கொள்வதென்பது எளிதன்று. மழையை நேசிக்கிறவர்கள் சுழித்தோடி வரும் வெள்ளத்தைக் கண்டு மிரள்வதைப் போல, தீயை வழிபடுகிறவர்கள் அது தம்மை நெருங்கும்போது தப்பியோடுவதுபோல நானும் அவளிடமிருந்து விடுபட எண்ணினேன்.

அலைபேசி ஒலித்தது. சென்னையிலுள்ள அறைத் தோழியின் இலக்கம். என்னால் கோர்வையாகப் பேசமுடியவில்லை. ஈர்ப்பும்

பயமும் தமக்குள் பொருதிக்கொண்டிருந்தன.

"உன்னுடைய கற்பனை எல்லை தாண்டிச் செல்கிறது. இது விபரீதத்தில் கொண்டுவிடும். திரும்பி வா" நான் கூறியதையெல்லாம் கேட்டபின் அவள் சொன்னாள்:

"இல்லை... இல்லை" குழப்பத்தோடு மறுத்தேன்; இணைப்பைத் துண்டித்தேன்.

உலகை மறந்து உறங்கினால்தான் கால்களை நிலத்தில் நிறுத்தமுடியும். குடித்தேன். நல்ல போதை. உறக்கம் அடிக்கடி அறுந்தது. ஆயி "தாசிகளுக்கு எக்காலத்திலும் மதிப்பில்லை" என்றாள். "நீ தாசியில்லை... அரசி" அவளைத் தொடப்போனேன். புகையினுள் விழுந்தது கை.

தோன்றும் வரிகளை விட்டுவிட்டு, முழுமைக்காகத் தவங்கிடப்பது எனது தவறுதான். அவற்றை அந்தந்த நேரங்களிலேயே குறித்துவைத்திருக்கவேண்டும். வரலாற்றைப் பதியவேண்டுமென்றோ அல்லது மாமனார் நைநியப்பிள்ளை போல தானும் பிரெஞ்சு ஆதிக்கத்தின் தண்டனைக்கு ஆளாகிவிடக்கூடாதென்ற எச்சரிக்கையுணர்வினாலோ ஆனந்தரங்கம்பிள்ளை அவர்கள் அன்றன்றைய பாட்டைக் குறித்துவைத்திருந்ததைப்போல, நானும் எழுதிவைத்திருந்தால் எனது கதாபாத்திரங்களை இழந்திருக்கமாட்டேனோ?

மனம் இலேசாகத் தெளிந்திருந்தது. எழுத ஆரம்பித்தேன்.

"அஸ்தமித்தவுடனே துவக்கி, பெருங்காற்றடித்தது. அந்தக்காற்று வியாழக்கிழமை நாள் ராத்திரி முப்பது நாழிகையும் அடித்தது. ஆனால், இந்தக் காற்றினுடைய பிரதாபம் இன்னமட்டென்று ஒருவிதமாய்ச் சொல்லக்கூடாது."

திடுக்கிட்டேன். இவை ஆனந்தரங்கம்பிள்ளையின் நாட்குறிப்பில் இடம்பெற்ற வரிகளல்லவா? பேனாவை மேசையில் விட்டெறிந்தேன்.

பேரிரைச்சலுடன் காற்றும் மழையும் நெருங்குவது கேட்டது. யன்னலைப் பூட்ட எழுந்தேன். யன்னலுக்கு வெளியே ஆயியின் முகம்! 'இந்தக் கண்ணாமூச்சி விளையாட்டு என்னைக் கொன்றுவிடும்' யன்னலை இழுத்துச் சாத்திவிட்டுத் திரும்பினால்

அறைக்குள் நிற்கிறாள். சரிதான்! இப்போது எனது கதாபாத்திரம் என்னைத் துரத்துகிறது.

"நீ போய்விடு எனக்குப் பயமாக இருக்கிறது" கட்டிலில் அமர்ந்து கண்ணீரோடு முணுமுணுத்தேன்.

"பயப்படாதே... பயம் உன்னை அழித்துவிடும்" என்றாள் என் தோளைத் தொட்டு. பஞ்சின் மென்மையும் மலரின் வாசனையும் கலந்த கைகள்.

"நான் என்ன எண்ணினேன் என்பதைப் பற்றி யாருக்கும் கவலையில்லை. நான் நேசித்த மக்களே என்னை வெறுமனே புதைத்தார்கள்"விசும்பினாள்.

சூறைக்காற்றென அறைக்குள் சுழன்றது விம்மல். எனது எழுது காகிதங்கள் வட்டமடித்து மேலேறி விட்டத்தில் முட்டுவதைக் கண்டேன். என் பயத்தை அவளது கண்ணீர் கரைத்தது.

"என்ன பேசுகிறாய்? மக்கள், அதிகாரத்தை எதிர்க்கத் திராணியற்றவர்கள். ஆனால், காலகாலமாக உன் கருணை பற்றிய கதை மக்களிடம் சீவித்திருந்தது. அதன் நீட்சியாகத்தான் மூன்றாம் நெப்போலியன் உனக்கொரு நினைவு மண்டபத்தைக் கட்டினான்."

"அப்படியா சொல்கிறாய்?" அழகிய மலரென விகசித்தது அவளது முகம்.

காற்றும் கடலும் இரைந்தன. யாரோ தன்னை அழைத்ததுபோல மழையை ஊடுருவிப் பார்த்தாள். இடியொன்றினை அடுத்து மின்சாரம் தடைப்பட்டது. "ஆயி...!" பயத்தோடு பெயர்சொல்லிக் கூப்பிட்டேன். பதிலில்லை.

யன்னலுக்கு ஓடி வெளியே எட்டிப் பார்த்தேன். எங்கும் இருள். யன்னலை மூட எத்தனிக்கையில், மின்னல் வானை வகிர்ந்தது. கடற்கரையில் பாறையில் நின்றுகொண்டிருந்த ஆயி மீது அந்த மின்னலொளி படர்ந்து அணைந்தது.

குடையையும் மின்கல விளக்கையும் எடுத்துக்கொண்டு கீழிறங்கினேன். மோதுகிற அலைகளும் அவற்றோடு முட்டி நிற்கிற பாறைகளுமே அங்கிருந்தன. அவளைக் காணவில்லை.

பாண்டிச்சேரியில் அதற்குமேல் தங்கமுடியுமென்று

தோன்றவில்லை. தடதடவென ரதம் விரைந்துவரும் சத்தம்... கட்டடம் இடிக்கப்படும் பேரோசை... இசைக் கருவிகள் நாலாபுறமும் வீசியெறியப்படும் அபஸ்வரம். யாழ் நரம்புகள் அறுபடுகின்றன. குழலிசைக் கருவிகள் துண்டாகின்றன. சிதிலங்களுக்கு நடுவில் ஆயி கண்ணீருடன் நின்றுகொண்டிருக்கிறாள்.

அலைபேசி அழைத்தது. அதை எடுக்கமுடியாதபடி தலை கனத்துக் கிடந்தது.

"நீ அதிகம் குடிக்கிறாயா?" தோழியின் குறுஞ்செய்தி வினவியது.

"இல்லை. வந்துகொண்டிருக்கிறேன்" என, அடுத்தநாள் காலை பேருந்தில் ஏறியபின்னரே அவளுக்குப் பதிலனுப்ப முடிந்தது.

பின்னிருக்கையில் சிரிப்புச் சத்தம். திரும்பிப் பார்த்தேன். ஆயிதான்! திகைப்பிருள் கவிய எழுந்திருக்கப் போனேன். என்னைக் கையமர்த்தி, தன் கட்டை விரலை உயர்த்திக் காட்டினாள். நீள நீளமான விரல்களின் நுனியில் இரத்த மருதாணி.

"கொன்றேவிட்டாயா?" கிசுகிசுப்பாய் வினவினேன்.

எனக்கு அருகிலிருந்த பெண் என்னை வினோதமாகப் பார்த்தாள்.

அடுத்த நிறுத்தத்தில் நான் இறங்கவேண்டும். 'வீட்டுக்கு வரும்படி அழைத்தால் ஆயி வருவாளா?' திரும்பினேன். அவளைக் காணவில்லை. பேருந்து எங்கும் நிற்கவுமில்லை. மல்லிகைப் பூ வாசம் மட்டும் பேருந்தினுள் கூடவே வந்துகொண்டிருந்தது. எனக்கு அருகில் அமர்ந்திருந்த பெண் வியப்போடு சுற்றிலும் பார்த்தாள்.

"அப்பா...! என்ன வாசம்!" என்றாள்.

நான் கண்களை வெளியே ஓட்டினேன். ஆயி, சாலையின் மறுபுறம் நின்று சிரித்தபடி கையசைத்தாள்.

●

மெத்தப் பெரிய உபகாரம்!

"நீங்கள் கேக்கிற திகதியிலை ஃபிராங்போர்ட் வழியாவோ, லண்டன் வழியாவோ போறதுக்கு சீற் இல்லை. சூரிச் வழியாப் போறீங்களா?"

சிக்கல் பயண முகவர் ரூபத்திலும் வரலாம் என்பதை, அவர் அந்தக் கேள்வியைக் கேட்ட வேளையில் அறியாதிருந்தேன்.

அம்மாவுக்கு உடல்நலமில்லை. அவர் தனது அறுபதாவது பிறந்தநாளைக் கொண்டாடிய மறுநாளிலிருந்தே சாவைப் பற்றிக் கதைக்க ஆரம்பித்துவிட்டார். தொலைபேசியினூடே முணுமுணுவெனும் அவருடைய குரலைக் கேட்கும் இரவுகளில் துர்க்கனவுகள் என்னை உறக்கத்தினின்று எழுப்பிவிடுகின்றன. அம்மா இன்மையின் இருளுள் படிப்படியாக இறங்கிக்கொண்டிருப்பதாக இப்போதெல்லாம் உணர்கிறேன். இயற்கையான மரணத்திற்குக் காலமிருக்கிறது. என்றாலும், எனக்குப் பயம். ரொறன்ரோவில், குளிர்காலம் தொடங்கி, பகல்கள் குறுகி, இலைகள் நிறம்மாறத் தொடங்கிவிட்ட ஒக்டோபர் மாதத்தில் ஊருக்கு வரும்படி அவர் என்னை அழைத்தால் எப்படிப் போகாமலிருக்க முடியும்?

சூரிச் வழியாகப் போவதற்குச் சம்மதித்தேன்.

எட்டு நீண்ட மணித்தியாலங்களை விமானத்தினுள் கழித்தபின், கொழும்பு செல்லும் எயார்லங்கா விமானத்திற்காக

சூரிச் விமான நிலையத்தில் மூன்று மணித்தியாலங்கள் காத்திருக்க வேண்டியிருந்தது. பறப்புக்கு ஒரு மணி நேரம் இருக்கும்போது, எனக்குரிய வாயிலைச் சென்றடைந்தால் போதும். வரிச் சலுகைக் கடைகளை நோட்டமிட்டபடி நடந்தேன். அழகழகான போத்தல்களுள் அடைக்கப்பட்ட பொன்னிற மற்றும் வெண்ணிற மதுவகைகள், வாசனைத் திரவியங்கள், கடிகாரங்கள், கைப்பைகள், கழுத்தணிகள்... பொன்வண்ணக் கூந்தல் பறக்க வேகமாக நடக்கும் பெண்கள், இவர்கள் எங்கேயும் போகப்போவதில்லையோ என்றெண்ணும்படியாக கோப்பிக் கடைகளில் சாவதானமாக அமர்ந்திருக்கும் முதியவர்கள், சில்லுப் பொருத்திய பயணப்பெட்டிகளை இழுத்துக்கொண்டோடும் புதிய விளையாட்டில் குதூகலிக்கும் குழந்தைகள், இருக்கைகளில் உறங்கிக்கொண்டிருக்கும் ஆண்கள்—பெண்கள், அவர்களுடைய தலைகளுக்கடியில் பத்திரமாக உறங்கும் பயணப்பைகள், முகங்களில் ஓய்வெடுக்கும் தொப்பிகள்... யாராவது எங்காவது போய்க்கொண்டேயிருக்கிறார்கள். உலகம் நில்லாமல் அசைந்துகொண்டேயிருக்கிறது.

வழியில், இசைக்குழுவொன்று தோலுறையிடப்பட்ட வாத்தியக் கருவிகளுடன் அமர்ந்திருந்தது. இருபத்தைந்து வயதுக்குட்பட்ட ஆண்களும் பெண்களும்... வாழ்க்கையின் அலைக்கழிவுகளால் இன்னமும் கசங்கலுறாத இளம் முகங்கள்.

எதிர்ப்பட்ட காத்திருப்போர் பகுதியருகில் ஏழெட்டுப் பேர் கூட்டமாக நின்றுகொண்டிருந்தார்கள். விமான நிலையங்களில் குரங்காட்டமோ, சர்க்கஸோ நடக்குமென்று எதிர்பார்க்கமுடியாது. இது வேறு ஏதோ... வேடிக்கை பார்க்கும் விருப்பு என்னை இழுத்துப்போனது. நடுவில் ஒரு முதிய பெண் வானமிழந்த பறவையைப்போல அன்றேல் நிலமிழந்த அகதியைப்போல நின்றுகொண்டிருந்தார். எழுபத்தைந்து வயது மதிக்கத்தக்க தமிழ்ப் பெண். திருமணங்களுக்கு உடுத்திச் செல்வதுபோன்ற சரிகைச் சேலை கட்டியிருந்தார். கழுத்திலும் கைகளிலும் தங்கம் மின்னியது.

அவரை ஏதோ வினவிக்கொண்டிருந்தவர் கருஞ்சாம்பல் நிற கோட்டும் காற்சட்டையும் அணிந்த, ஒல்லியும் உயரமுமான மனிதர். விமான நிலையத்தில் பணியாற்றும் அதிகாரி தரத்திலானவர் எனத் தெரிந்தது. அவர் தனது சக்தியெல்லாம் கூர் மூக்கின் வழி வடிந்துவிட்டவர்போலத் தோன்றினார். 'நீ எங்கே போகிறாய்? உன்னுடைய கடவுச்சீட்டு எங்கே? போடிங் பாஸ் எங்கே?' என்ற மூன்று கேள்விகளையும் அவர் தனக்குத் தெரிந்த

மொழிகளிலெல்லாம் அந்தப் பெண்ணிடம் கேட்டுக் களைத்துப் போயிருந்தார் என்பதை நான் பிற்பாடு அறிந்துகொண்டேன். நான் அவ்விடத்தைச் சென்று சேர்ந்தபோது, கடைசி முயற்சியாக, தன்னுடைய கையிலிருந்த காகிதத்தை நான்காக மடித்து, அதில் சதுரமொன்றைக் கீறி, அதனுள் தலை போன்றதொரு நீள்வட்டத்தை வரைந்து வலக்கையின் நான்கு விரல்களையும் உட்பக்கம் மடித்து கட்டைவிரலை மட்டும் உயர்த்தி 'எங்கே?'யென்று சைகையில் வினவினார். அந்தப் பெண், அந்த வட்டத்தை உணர்ச்சியற்ற கண்களால் வினோதமாக நோக்கினார். பிறகு, தன்னுடைய கைப்பையை கமக்கட்டுக்குள் மேலும் இறுக்கியபடி "ஊருக்குப் போறன்" என்று சொன்னார். பூமியின் ஆதி மொழியாகிய சைகையும் தன்னைக் கைவிட்டுவிட்ட அயர்ச்சியோடு நிமிர்ந்தார் நீள் மூக்குக்காரர். நன்றாக மழிக்கப்பட்ட நீண்ட தாடையை நளினத்தோடு ஒரு கை தாங்க, மற்றக் கையை இலக்கில்லாமல் பொதுப்படையாக நீட்டி ஆங்கிலத்தில் உரத்துக் கேட்டார்.

"இவர் பேசும் மொழி தெரிந்த யாராவது இங்கிருக்கிறீர்களா?"

காத்திருப்போர் பகுதியில் அமர்ந்திருந்தவர்களில் பலர் திரும்பிப் பார்த்தார்கள். அவ்விடத்தைக் கடந்து சென்றவர்கள் வேடிக்கை பார்க்க நின்றார்கள். இப்போது சற்றே பெரிய கூட்டமாகிவிட்டது. நான் ஏனோ மௌனமாக நின்றேன். பயணக் களைப்பு, கவலை, உறக்கமின்மை, அசமந்தம், பொறுப்பேற்றலின் மீதான பின்வாங்கல் ஏதோவொன்று என்னைப் பதிலளிக்க விடவில்லை. தமிழ்ச் சாயலில் இளம்பெண்ணொருத்தி அங்கிருந்ததும் காரணமாயிருக்கலாம்.

அந்த அதிகாரி கையைத் தழைத்துவிட்டு முதிய பெண்ணை அழைத்துக்கொண்டு செல்ல ஆயத்தமானார். அதற்குள் தமிழ்ச்சாயல் கொண்ட இளம்பெண் என்னைப் பார்த்துவிட்டாள்.

"நீங்கள் தமிழ்நாட்டைச் சேர்ந்தவரா?" என்னை நெருங்கி ஆங்கிலத்தில் வினவினாள். அவள் என்னைக் கண்டுபிடித்துவிட்டாள். வெட்கம்! மோசமான ஆள்தான் நான்.

"இல்லை..." தடுமாறினேன்.

"உங்களால் இவர் என்ன சொல்கிறாரென்பதைப் புரிந்துகொள்ள முடிகிறதா?"

"ஆம்"

“கடவுளுக்கு நன்றி. இவர் எங்கிருந்து வந்தார்? எங்கே செல்கிறார்? எதையும் அறிந்துகொள்ளமுடியாமல் நாங்கள் ஒரு மணி நேரமாகத் திண்டாடிக்கொண்டிருக்கிறோம்”

தமிழ் பேசும் ஒருத்தியை அவ்விடத்திற்கு அழைத்து வந்ததற்காக கடவுளுக்கு நன்றி கூறியவள் குஜராத்தைச் சேர்ந்தவள். பிரிட்டிஷ் உச்சரிப்புடன் ஆங்கிலம் பேசினாள். அந்த அதிகாரியின் முகம் பெரிய சிக்கலிலிருந்து மீண்டுவிட்டதன் அடையாளமாக மலர்ந்தது. சுற்றி நின்ற இதர முகங்களிலும் ஆசுவாசம். அவர்கள் ஒவ்வொருவராகக் கலைந்துசெல்லத் தொடங்கினார்கள். குஜராத்திப் பெண்ணும் அதிகாரியும் மட்டும் எஞ்சினர்.

“எங்கை போறீங்கள் அம்மா?” முதிய பெண்ணிடம் கேட்டேன்.

“இந்தக் கோதாரி விழுவாருக்கு நான் சொல்லுற ஒண்டும் விளங்குதில்லை. நான் ஊருக்குப் போறன்”

“கொழும்புக்கா?”

“இல்லை. யாழ்ப்பாணத்துக்கு”

“அது சரி! நீங்கள் தனியவா வந்தனீங்கள்?”

“ஓம்... ஏத்தி அனுப்பினா கொண்டே இறக்குவாங்கள் எண்டு மகனார் சொன்னவர்”

அந்த மகனாரின் புத்திசாலித்தனத்தை மெச்சாமலிருக்க முடியவில்லை.

“உங்கடை மகனார் எங்கை இருக்கிறார்?”

“மொன்றியல்ல”

“உங்கடை ரிக்கெற்றும் பாஸ்போர்ட்டும் எங்கை? காட்டுங்கோ பாப்பம்”

தமிழ் கதைக்கிறவள் தன்னுடைய கைப்பையைப் பிடுங்கிக்கொண்டு ஓடமாட்டாள் என்று அவருக்கு நம்பிக்கை வந்திருக்கவேண்டும். என்றாலும் ஒருகணம் சந்தேகத்தோடு என்னைப் பார்த்தார். பிறகு, கமக்கட்டை இளக்கி கைப்பையைத் திறந்து நான் கேட்ட இரண்டையும் எடுத்து என்னிடம் தந்தார். நான் பயணிக்கவிருந்த அதே விமானத்தில்தான் அவரும் வரவிருந்தார்.

அவர் கனடாவின் மொன்றியலில் விமானமேற்றப்பட்டிருந்தார். அவரை அப்படி அனுப்பியவர்கள், ஒரே ஒரு நொடியை மேலதிகமாகச் செலவழித்து பயண முகவரிடம் சக்கர நாற்காலிக்கு பதிவுசெய்திருந்தால், ராசலட்சுமி அம்மாவை — அதுதான் அவருடைய பெயர்— பொன்னைப் போல கையேற்று பூவைப் போல கொழும்பில் கொண்டுபோய் இறக்கியிருப்பார்கள்.

"இவர் கொழும்புக்குச் செல்கிறார். நான் செல்லவிருக்கும் அதே விமானந்தான். இவரை நான் பார்த்துக்கொள்கிறேன்" அந்த அதிகாரியை பொறுப்பிலிருந்து விடுவித்தேன். அவர் நீளமாக நன்றி சொல்லி நிம்மதியோடு விடைபெற்றார். அந்த இளம்பெண் கடைசியாகப் புறப்பட்டாள். அவளுடைய முகத்தில் தெரிந்த ஆசுவாசம் எனக்கு வியப்பூட்டியது. ஆ... இந்த உலகில் இன்னும் மனிதர்கள் இருக்கிறார்கள்!

"என்னோடை வாங்கோ"

"மெத்தப் பெரிய உபகாரம் பிள்ளை"

விமானம் புறப்படவிருந்த வாயிலுக்கு இட்டுச் செல்லும் அம்புக்குறி அடையாளத்தைத் தொடர்ந்தேன்.

"இஞ்சை கள்ளர் கூடவாம்?" மெதுவாக நடந்தபடி கேட்டார் ராசலட்சுமி அம்மா. ஆழம் பார்க்கிறாராம்!

"ஆர் சொன்னது?"

"என்ரை மகனார்"

முகந்தெரியாத அந்த மகனுக்கு இப்போது முகங் கிடைத்துவிட்டது. உருண்டையான முகத்தில், தந்திரமும் சந்தேகமும் கலந்த கண்களைக் கொண்ட மனிதன். தனது முட்டாள்த்தனத்தை புத்திசாலித்தனமென்று நம்புகிற சுயபெருமிதம் மிக்கவன்.

"விசர்க் கதை! அப்பிடியெல்லாமில்லை" நான் சடாரென மறுத்தேன்.

அப்படி நான் மறுத்தது அவருக்குப் பிடிக்கவில்லை. இணக்கம் மறைந்து இறுக்கமானது முகம். சில நிமிடங்கள்; மௌனமாக நடந்தபின் கேட்டார்.

"நீயும் யாழ்ப்பாணந்தான் போறியோ?"

"ஓம் அம்மா"

"யாழ்ப்பாணத்திலை எவடம்?"

"மாதகல்"

"மாதகல்ல எந்தப் பகுதி?"

நான் பதிலளிக்காது நடந்தேன்.

"கால் நோகுது" நின்றார்.

நேரத்தைப் பார்த்தேன். விமானம் புறப்பட ஒரு மணித்தியாலமும் ஐந்து நிமிடங்களுமிருந்தன. இப்படி மெது நடையில் போனால், வாயிலைச் சென்றடைய பத்து நிமிடங்களாவது எடுக்கும். ராசலட்சுமி அம்மா இன்னமும் போடிங் பாஸ் எடுக்கவில்லை. போடிங் பாஸ் எடுக்கத் தாமதமான காரணத்தால், ஒருதடவை எனது பயணப்பொதிகள் நான் சென்ற விமானத்தில் ஏற்றப்படாமல் தவறவிடப்பட்டது நினைவில் வந்தது. நான் கொழும்பைச் சென்றடைந்த இரண்டு நாட்களின் பின்னரே ஃபிராங்பேர்ட்டிலிருந்து எனது பயணப்பொதிகள் ஆடியசைந்து வந்துசேர்ந்தன. அதுவரையில், முகக்களிம்பிலிருந்து ஆடைவரை தோழியிடம் இரவல் வாங்கி அவதிப்பட்டுக்கொண்டிருந்தேன்.

"பிந்தினா பிளேன் எங்களை விட்டிட்டுப் போயிடும்" சிரித்தபடிதான் கூறினேன். என்றாலும், அதிலொரு பயமுறுத்தல் தொனி வந்துவிட்டது.

அவர் மீண்டும் நடக்கத் தொடங்கினார். ஒரு பக்கம் சாய்ந்து காலைத் தரையோடு தேய்த்துத் தேய்த்து நடந்தார். நிற்கும்போதும் ஒரு பக்கம் சாய்ந்துதான் நின்றார்.

"சாப்பிட்டீங்களா?"

"முட்டைப் பொரியலும் புட்டும் கட்டிக் கொண்டந்தனான். இன்னுஞ் சாப்பிடேல்லை. சாப்பிட மனமில்லை"

உணவு பழுதான மணம் அவருடைய கைப்பையிலிருந்தே வீசியது என்பதை இப்போது புரிந்துகொண்டேன். அதை வாங்கி, குப்பைத் தொட்டியினுள் போட்டேன். மொன்றியலில் விமான நிலையத்திற்குப் புறப்படுவதற்கு முன் அவர் ஏதாவது சாப்பிட்டிருக்கக்கூடும். குறைந்தபட்சம் பதின்மூன்று மணித்தியாலங்களுக்கு முன்னர். விமானத்தில் வழங்கப்படும்

உணவை பெரும்பாலான தமிழ் முதியவர்கள் சாப்பிடுவதில்லை என்பதைக் கவனித்திருக்கிறேன். மறுபடியும் அவருடைய மகனில் கோபம் வந்தது. விபரமறியாத தாயை இப்படித் தனியாக அனுப்பியிருக்கிறானே... ஏனோ அந்த மனிதனைக் குறித்து மரியாதை விளி வரவேயில்லை.

"நான் அப்பவே சாப்பிட்டிருக்கலாம். வீணாப் போச்சு" முணுமுணுத்தார்.

"உங்களுக்கு என்ன பேர்?" கடவுச்சீட்டில் பெயரைப் பார்த்திருந்தேன்தான். என்றாலும், களைத்த மனுசியைக் கதையால் கூட்டிச் செல்லமுடியும்.

"ராசலச்சுமி"

"எத்தினை பிள்ளையள்?"

"மூண்டு மகன்மார்" அவர் முதன்முறையாகச் சிரித்தார். களைப்பை மீறிய பெருமை வெளிப்பட்ட சிரிப்பு.

"மூண்டு பேரும் வெளிநாட்டிலையோ?"

"இல்லை. மூத்த மகனார் மட்டுந்தான் வெளிநாட்டிலை. மற்றவை ரெண்டு பேரும் யாழ்ப்பாணத்திலைதான். களைக்கிது"

'மகனார்... மகனார்' எனக்கு ஏனோ எரிச்சலாக இருந்தது.

மறுபடியும் நின்றார். தோள்பட்டையை பை இழுத்தது.

"அந்த காண்ட் பாக்கைத் தாங்கோ. நான் கொண்டாறன்"

அவர் என்னை நம்பிக்கையற்ற தனது சிறிய கண்களால் உற்றுநோக்கினார். மறுபடியும் நடக்கத் தொடங்கினார். அவமானப்படுத்தப்பட்டதாக உணர்ந்தேன். ஆனால், நிராதரவானவர்களிடத்தில் கோபங் கொள்ளலாகாது என்ற அடிப்படை விதி என்னைக் கட்டுப்படுத்தியது.

"யாழ்ப்பாணத்திலை நீங்கள் எவடம்?"

"சங்கானை"

மாதகலுக்குப் போகும் வழியில்தான் சங்கானை இருக்கிறது. 'சங்கானையில் எந்தப் பகுதி?' என்று நான் கேட்பேனென எதிர்பார்த்தோ என்னவோ என் முகத்தை உற்றுப் பார்த்தார்.

எனக்கு 'பகுதி'களில் ஆர்வமில்லை. ஆதலால், மௌனமாக நடந்தேன்.

வாயிலைச் சென்றடைந்து போடிங் பாஸ் எடுத்ததும், கோப்பியும் டோனட்டும் வாங்கிக் கொடுத்தேன். டோனட் என்றழைக்கப்படும் அந்த மாப் பண்டத்தை எனக்குக் கொஞ்சமும் பிடிக்காது. ஆனால், அதுதான் இருந்தவற்றுள் என்னால் வாங்கக்கூடிய விலைகொண்டது. விமானம் கிளம்பவிருந்த வாயிற் பகுதி நாற்காலியொன்றில் அமர்ந்து, டோனட்டை விள்ளல் விள்ளலாகப் பிய்த்து முழுவதையும் சாப்பிட்டு முடித்தார் ராசலட்சுமி. தான் அவ்வளவு பசியோடிருந்தேன் என்பது சாப்பிட்டுக்கொண்டிருக்கும்போதுதான் அவருக்கே தெரிந்திருக்கும். பஞ்சு படர்ந்தாற்போலிருந்த அவருடைய கண்கள் தெளிவடைந்தன.

"மெத்தப் பெரிய உபகாரம்"என் தோளைத் தொட்டுக் கூறினார். பிறகு, இருக்கையில் சாய்ந்து கண்களை மூடிக்கொண்டார்.

இருந்தாற்போல அவருடைய முகம் என் அம்மாவினுடையதாக மாறியதைக் கண்டேன். 'ச்சே! பிறர் கண்ணீரில் தன் துக்கத்தைப் பொருத்திப் பார்க்கும் இந்தக் குணத்தை மாற்றியே ஆகவேண்டும்.'

'இந்த வயதில் இவர்களெல்லாம் ஏன்தான் வெளிநாடு வருகிறார்களோ?' விசனமாக இருந்தது.

ராசலட்சுமி அம்மா கண்களைத் திறந்து, "என்னிட்டை இருநூறு டொலர் இருக்கு" என்றார் இரகசியமாக.

"அப்பிடியா?"

"எனக்கு மாதாமாதம் எழுநூறு டொலர் வெல்பெயார் வருகுது. ஆனா என்ரை மருமோள் அஞ்சு சதக் காசும் என்ரை கண்ணிலை காட்டமாட்டாள். வெளிக்கிடேக்கை மகனார்தான் அவளுக்குத் தெரியாம இருநூறு டொலர் தந்தவர். இலங்கையிலை மாத்தினா கன காசு வருமாம்"

நான் களைத்துப் போயிருந்தேன். மேலும், பயணத்தின்போது கதையாடுவது எனக்குப் பிடிக்கவே பிடிக்காது. ஆனாலும், பொறுப்பேற்றலின் கடமைகளிலொன்று செவிமடுத்தல்.

"பேரனுக்கு இப்ப ஒம்பது வயசாகுது. அவனுக்கு ஒண்டரை வயது நடக்கேக்குள்ளை என்னைக் கனடாவுக்கு ஸ்பொன்சரிலை

மகனார் கூப்பிட்டவர். விடிஞ்சா மகனும் மருமேளும் வேலைக்குப் போயிடுவினம். பின்னேரம் ஆறு மணி போலதான் வருவினம். பேரனை நான்தான் வளத்தன். அவன் சரியான குழப்படி" அவருடைய முகத்தில் கனிவு சுடர்ந்தது. சேலைத் தலைப்பால் கண்களைத் துடைத்துக்கொண்டார்.

"இதுதான் என்ரை பேரன்" கைப்பையைத் திறந்து புகைப்படத்தை எடுத்துக் காட்டினார். குண்டுக் கன்னங்களோடு கூடிய சுட்டிப்பயல்.

"பேரனை விட்டிட்டு வாறதுதான் கஷ்டமாக் கிடக்கு. ஆனா, என்னாலை அங்கை இருக்கேலாது. அதொரு வாழ்க்கையே... ஊருக்குப் போறன் போறனெண்டு மூண்டு வருசமாச் சண்டை பிடிச்சேன். ஒருநாள் சண்டை முத்தி என்ரை மருமேள் எனக்கு அடிச்சுப் போட்டாள். அதுக்குப் பிறகு மகனார் என்ரை பக்கம். நீங்க போறதெண்டாப் போங்கோம்மா எண்டிட்டான். கஞ்சி குடிச்சாலும் ஊரிலை வாழோணும். அங்கைதான் சாகோணும்"

எனக்கு அவர் அதற்குமேல் எதுவும் சொல்லவேண்டாமே என்றிருந்தது. எலும்பை உறையவைக்கும் அந்தக் குளிரில் நடுநடுங்கியபடி பேரனுக்குப் பின்னால் ஓடித்திரியும், மருமகளிடம் அடி வாங்கி அழும் ஒரு முதிய பெண்ணை நான் கற்பனையிலும் காண விரும்பவில்லை.

"மருமேளும் நல்லவள்தான். ஆனா, அவைக்கு வருமானம் பத்தாது. கஷ்டம்"

"மூத்த மகனாருக்கு பதினாலு வயசு நடக்கேக்குள்ள என்ரை மனுசன் குடியில குடல் வெந்து செத்துப் போச்சு. பதினைஞ்சு வயசு பச்சைப் பாலனை கடன் வாங்கி வெளிநாட்டுக்கு அனுப்பினன். அவன் போய் உழைச்சு, தான் வெளிநாடு போன கடனைக் கட்டினான். இடிஞ்சு கிடந்த வீட்டை நிமித்திக் கட்டினான். தம்பிமாரைப் படிப்பிச்சான்."

மகனை மரியாதை விகுதி இட்டு 'மகனார்' என்றதன் பின்னாலிருந்த கதையை அவர் தொடர்ந்தார். தந்திரமும் சந்தேகமும் கலந்த முகச்சித்திரம் கலைந்து, பொறுப்பும் அன்பும் கரிசனமும் நிறைந்த முகம் உருப்பெற்றது. உருண்டை முகம் ஒடுங்கி, முகவாயோரம் கவலையின் கோடு விழுந்த நீள்முகமாயிற்று.

'இந்த மனுசி தன் பேச்சின் மூலம் முகங்களை வரைந்து

வரைந்து அழிக்கவைக்கிறது.' நினைத்தேன்.

ஒலிபெருக்கி, கொழும்பு செல்லவிருக்கும் பயணிகளை வாயிலுக்கு வரும்படி அழைத்தது.

வரிசையில் நிற்கும்போது ராசலட்சுமி அம்மா என் முழங்கையைப் பிடித்துக்கொண்டார். பதட்டத்தில் சுழன்றன கண்கள்.

"என்னை ஏத்துவாங்கள்தானே...?" இரண்டு தடவைகள் கேட்டுவிட்டார்.

விமானத்தினுள் நுழைந்து அவருக்குரிய இருக்கையில் கொண்டுபோய் அமர்த்திவிட்டுத் திரும்ப முற்பட திடுக்கிட்டு எழுந்தார்.

"என்னை விட்டிட்டு எங்கை போறாய்? இஞ்சை இதிலை இரன்"

"அந்த சீற்றுக்கு வேறை ஆக்கள் வருவினம்"

"அதெப்பிடி....?" முணுமுணுத்தார். முகம் இருண்டுவிட்டது. கைவிடப்பட்டதான பார்வையை என்னை நோக்கி வீசினார்.

இதர பயணிகளை இடைஞ்சல் செய்தபடி வழியில் நிற்பதை உணர்ந்தேன்.

'இருக்கையை மாற்றிக் கேட்போமா?' யோசித்தேன். பாவமாகத்தானிருந்தது. ஆனால், அத்தனை மணித்தியாலங்களைச் சமாளிப்பதெப்படி? முன்னைப் போலில்லை. நான் நொய்மையடைந்துபோனேன். மனக்களைப்பு என்னை எளிதில் வீழ்த்திவிடும். எனக்குரிய இடத்தில் போய் அமர்ந்தேன்.

எண்ணியதுபோல, விசயம் அத்துடன் முடிந்துவிடவில்லை!

"நான் வேண்டுமானால் அவரது இருக்கையில் மாறி அமர்கிறேன். அவரை இங்கே அமரச் சொல்லுங்கள்"

எனக்குப் பக்கத்தில் அமர்ந்திருந்த ஐரோப்பிய முகங்கொண்ட ஒருவர்தான் மேற்கண்டவாறு 'தண்மையாக' எரிந்து விழுந்தவர். அதற்குக் காரணமான ராசலட்சுமி அம்மா அந்த மனிதருடைய இருக்கையைப் பிடித்துக்கொண்டு நின்றார். அவர் என்னைத் தேடி வருவது இது ஐந்தாவது முறை.

"என்னம்மா?"

"ஒண்டுமில்லை..." அவர் இறைஞ்சுவதுபோல என்னைப் பார்த்தார்.

"பாத்ரூம் போகோணுமா?"

"இல்லை... நீ என்னை விட்டிட்டு இடைநடுவில இறங்கிட மாட்டாய்தானே பிள்ளை?"

முப்பதாயிரம் அடிக்கும் மேற்பட்ட உயரத்தில் பறந்துகொண்டிருக்கிற விமானத்திலிருந்து நான் கீழே இறங்குவதை எண்ணிப் பார்த்தேன்.

"இதென்ன றோட்டிலை ஓடுற பஸ்ஸா அம்மா? இடையிலை இறங்கிப் போக...?"

அவருக்குப் புரியவில்லை! திரும்பிப் போனார்.

உறுத்தலாக இருந்தது. நான் உபகாரியில்லை; படுபாவியுமில்லை!

அரை மணி நேரம் கழிந்திருக்கும். கண்களை மூடி உறங்க முயற்சித்துக்கொண்டிருந்த என் தோளில் ஒரு கை படிந்தது. அவர்தான்.

"இன்னும் எவ்வளவு நேரங் கிடக்கு கொழும்புக்குப் போக?"

அவர் இனியும் பல தடவைகள் வரக்கூடும். 'இனியொரு தடவை வருவாரெனில், பக்கத்து இருக்கைக்காரரின் கோபத்தைப் பொருட்படுத்தாமல் மாறி அமரும்படி கேட்டுக்கொள்ளவேண்டியதுதான்.' தீர்மானித்தேன். அயர்ச்சியோடு எழுந்து அவரோடு நடைவழியில் நின்றேன்.

"இன்னும் ரெண்டரை மணித்தியாலம்"

அவரது முகம் மலர்ந்தது.

"ரெண்டாவது மகனுக்கு ஒரு ஆம்பிளைப் பிள்ளை... ஒரு பொம்பிளைப் பிள்ளை"

"ம்..."

"அதுகளை நான் இப்பத்தான் முதல் தரம் பாக்கப் போறன்"

“மூண்டாவது மகன்?”

“அவன் இன்னுங் கலியாணங் கட்டேல்லை. பொம்பிளை தேடிக்கொண்டிருக்கிறம்”

அவர் அப்போதுதான் என்னைக் காண்பதுபோல உற்று நோக்கினார். ஏதோ கணக்கிடுவது தெரிந்தது.

“உனக்கு எத்தினை வயசு?”

யாரோ சிரிப்பது கேட்டது. எதற்கென்று தெரியவில்லை. எங்களைப் பார்த்து எழுந்த சிரிப்பாகக்கூட இருக்கலாம். முப்பத்து மூவாயிரம் அடி உயரத்தில் பறந்துகொண்டிருக்கும் விமானத்திலும் மனிதர்கள் தம் இயல்பின் எடையை இழப்பதில்லை.

நாங்கள் இருவரும் அப்படி வழியில் நிற்பது விமானப் பணிப்பெண்களுக்கு இடைஞ்சலாக இருப்பதை உணர்ந்தேன்.

“அம்மா! உங்கடை இடத்திலை போயிருங்கோ... இப்பிடி நிண்டா விழுந்து போயிடுவியள்” கண்டிப்பான குரலில் சொன்னேன்.

அவரும் விளையாட்டு மறுக்கப்பட்ட குழந்தைபோல விருப்பமின்றி தனது இருக்கைக்குத் திரும்பிச் சென்றார். இதற்குள் அநேக பயணிகளால் கவனிக்கப்படும் ஆளாக அவர் மாறிவிட்டிருந்தார்.

கடந்து சென்ற பணிப்பெண்ணிடம் ராசலட்சுமி அம்மாவின் இருக்கை இலக்கத்தைக் கூறி அவருக்கு சக்கர நாற்காலி ஒழுங்குசெய்ய வேண்டுமெனக் கேட்டேன். ஏற்பாடு செய்வதாகக் கூறினார்.

பறந்த வேகத்தில் தரைதட்டி தலைதெறிக்க ஓடித் தரித்தது விமானம்.

“பண்டாரநாயக்கா விமான நிலையத்திற்கு உங்களை அன்புடன் வரவேற்கிறோம். கப்டன் சமரசிங்கவும் அவரது குழுவினரும்....” அறிவிப்பு கவனிப்பாரற்று ஒலித்தது.

ராசலட்சுமி அம்மா எழுந்து நின்று என்னைப் பார்த்துக் கையசைத்தார். விமானப் பணிப்பெண் அவரை அமரும்படி திரும்பத் திரும்பக் கூறியதை அவர் பொருட்படுத்தவில்லை. என்னை நோக்கி வரத் தொடங்கினார். ‘அங்கேயே இருங்கள்’ என்ற

எனது சைகையைக் கவனித்ததாகவே தெரியவில்லை. அறிவிப்பை எதிர்பார்த்து அமைதியாக அமர்ந்திருக்கும் பயணிகள் நடுவில் அவர் ஒரு காட்சிப்பொருளாகி அசைந்தாடி வந்துகொண்டிருந்தார். எனக்கு வருத்தமாகவும் கோபமாகவும் இருந்தது.

"பிள்ளை என்னை விட்டிட்டுப் போயிடாதை"

அந்தக் குரலின் தீனம் உருக்கியது.

"இல்லை அம்மா. உங்களாலை அவ்வளவு தூரம் நடக்கேலாது. அதுதான் வீல் செயார் தரச் சொல்லிக் கேட்டனான். நீங்கள் அதிலை வாங்கோ."

"நீயும் என்னோடை ஒரு வீல் செயாரிலை வா"

"அது நடக்க ஏலாதவைக்கும் வருத்தக்காறருக்குந்தான் தருவினம்"

"உனக்கு வருத்தமெண்டு சொல்லன்"

அவர் உதடுகள் நடுங்க என்னைப் பார்த்தார். நிராதரவின் கண்ணீர் தளும்பி நின்றது.

"உங்கடை பிள்ளையளின்ரை கையிலை உங்களை ஒப்படைக்காமல் நான் போகமாட்டன். நம்புங்கோ" கைகளை அழுத்திச் சொன்னேன். இதற்குள் பயணிகள் நெருக்கியடித்து வெளியேறத் தொடங்கிவிட்டிருந்தனர். விமானப் பணிப்பெண்ணிடம் மீண்டும் ஞாபகப்படுத்திவிட்டு, வெளியேறும் வழியில் காத்திருக்கத் தொடங்கினேன். ராசலட்சுமி அம்மா சக்கர நாற்காலியில் அமர்ந்து திரும்பித் திரும்பி என்னைப் பார்த்தபடி கடந்து போனார். பின்தொடர்ந்தேன்.

வயோதிகர்கள், குழந்தைகளுடன் வரும் பயணிகள், மாற்றுத் திறனாளிகளுக்கான வரிசையில் அவரது சக்கர நாற்காலி தனது முறை வரக் காத்திருந்தது. அவர் என்னிலிருந்து தன் விழிகளை எடுக்கவில்லை.

அவரது முறை வந்ததும் அங்கே ஏதோ அமளிப்படுவது தெரிந்தது. அருகில் சென்றேன்.

"இவருடைய பாஸ்போர்ட் எங்கே?" சக்கர நாற்காலியை உருட்டிவந்த பணியாள் என்னிடம் கேட்டார்.

அப்போதுதான் கவனித்தேன். ராசலட்சுமி அம்மாவின் மூன்றாவது கை போலிருந்த கைப்பையைக் காணவில்லை.

"உங்கடை கான்ட் பாக் எங்கையம்மா?"

"அதை பிளேனுக்குள்ளயே விட்டிட்டு வந்திட்டன். அவங்கள் கொண்டரேல்லையே?"

பணியாள் தமிழ் தெரிந்தவன்போல... சிரித்தான்.

"என்னம்மா இது?" எவ்வளவு கட்டுப்படுத்தியும் எனது குரல் உரத்து ஒலித்துவிட்டது. நெடுநேரமாகக் கட்டுப்படுத்தியிருந்த அயர்ச்சி அது. அவர் அடிபட்டதுபோல என்னைப் பார்த்தார்.

யாராவது எடுத்திருந்தால்... அதற்குள் கடவுச்சீட்டுடன் அவரது ஒரே சேமிப்பான இருநூறு டொலர்கள் வேறு இருக்கிறது.

வேறொரு உத்தியோகத்தர் அருகில் வந்து என்னவென்று விசாரித்தார்.

விசயத்தைக் கூறியதும் தொலைதொடர்புக் கருவி மூலம் நாங்கள் வந்த விமானத்தைத் தொடர்புகொண்டார்.

"கைப்பை அங்குதானிருக்கிறது" சில நிமிடங்களில் உறுதிப்படுத்தினார். பிறகு சிரித்தபடியே கூறினார்.

"பாதுகாப்பு உத்தியோகத்தர்களை இவர் பதட்டப்படுத்திவிட்டார். சற்று தாமதித்திருந்தால் வெடிகுண்டு நிபுணர்கள் அங்கு அழைக்கப்பட்டிருப்பார்கள். நாளைய பத்திரிகைகளில் இவரது கைப்பை செய்தியாகியிருக்கும்"

அத்தனை அமளிக்கும் காரணமான ராசலட்சுமி அம்மா தனக்கு ஏதொன்றுடனும் சம்பந்தமில்லாததுபோல சக்கர நாற்காலியில் அமர்ந்திருந்தார்.

பேரலையை அடுத்து பிரளயமென அடுத்த சிக்கல்!

ராசலட்சுமி அம்மாவால் தன் பயணப்பொதியை பெல்டில் அடையாளங் காட்ட முடியவில்லை. அவரால் சொல்ல முடிந்த அடையாளமெல்லாம், அது ஒரு கறுப்புப் பை என்பதுதான். அவர் சுட்டிக் காட்டியவற்றை எடுக்கப் போனால் வேறொருவர் இடையில் பாய்ந்து பறித்துக்கொண்டு போனார்.

கடைசியில், எங்கள் விமானத்தில் வந்த எல்லோரும் போய்விட நாங்கள் மட்டுமே எஞ்சினோம்.

"உங்கடை மகன் பாக்கைப் போட்டதை நீங்கள் கண்டனீங்களா?"

"ஓம்..."

பெல்ட் வெறுமையாக ஓடி நின்றது. அந்தப் பை கடைசிவரையில் வரவேயில்லை!

நாங்கள் வெளியேறினோம்.

பயணிகளை எதிர்பார்த்துக் காத்திருப்போர் பகுதியில் ராசலட்சுமி அம்மாவின் மகன்கள் இருவரும் நின்றார்கள்.

இரண்டாவது மகனுக்கு தூங்கி வழியும் அசிரத்தையான கண்கள். தாயின் கைகளைப் பற்றி தோளில் தலைபதித்தான். பிராக்குப் பார்த்துக்கொண்டிருந்த மற்றவனுக்கு இருபத்தைந்து வயதுக்குள்தானிருக்கும். ஓடி வந்து கட்டிப்பிடித்துக்கொண்டான். எட்டமுடியாமல் எட்டி அவனுடைய கன்னங்களில் முத்தமிட்டார் ராசலட்சுமி அம்மா. அவன் சிறுவனாக இருக்கையில் விட்டுப் பிரிந்து சென்றதை நினைத்திருப்பார்போல. கண்கள் கலங்கின.

"இந்தப் பிள்ளை மட்டும் இல்லாட்டி..." ராசலட்சுமி அம்மா குரல் தழுதழுக்கச் சொல்லியபடி என்னைப் பார்த்தார்.

ராசலட்சுமி அம்மாவின் இரண்டாவது மகனோ, என்னுடைய பயணப்பொதிகளை உற்று நோக்கினான். பிறகு கேட்டான்:

"அம்மாவின்ரை உடுப்பு பாக் எங்கை? அண்ணர் போட்டுவிட்டவராம்"

'என்னைச் சந்தேகிக்கிறானா?' திடுக்கிட்டேன். வார்த்தைகள் வாய்க்குள் முட்டிமோதின.

ஆனால், முகத்தை வைத்து ஒன்றையும் தீர்மானிக்க முடியவில்லை.

"அப்பிடி அவனைப் பாக்காதை" என்று ஆரம்பித்து ராசலட்சுமி அம்மா அதற்கொரு கதை சொல்லத் தொடங்கிவிடுவாரோ என்று பயமாக இருந்தது.

'திரும்பவும் போய்ப் பார்த்தாலென்ன?' நப்பாசை விடவில்லை. இவர்கள் பார்வை வேறு சரியில்லை!

வாசலில் காவலுக்கு நின்றவர்களிடம் கெஞ்சிக் கூத்தாடி அனுமதி பெற்று ராசலட்சுமி அம்மாவும் நானும் மீண்டும் உள்ளே சென்றோம். இவ்வளவு நேரமாகத் தேடியும் கிடைக்காத அவருடைய உடுப்புப் பெட்டி பெல்ட் அசையத் தொடங்கும் மூலையில் தலைகுப்புற கிடக்கக் கண்டோம்.

இரண்டாவது மகனின் விழிகள் மன்னிப்பைக் கோரின. மூன்றாமவன் மீண்டும் பிராக்குப் பார்க்கத் தொடங்கியிருந்தான்.

"மெத்தப் பெரிய உபகாரம்" எனது இரண்டு கைகளையும் இறுகப் பற்றினார் ராசலட்சுமி அம்மா.

அந்த மெலிந்த கைகளை அழுத்தி விடைபெற்றபோது, என்அம்மாவை ஒருபோதும் வெளிநாட்டுக்குக் கூப்பிடக்கூடாது என்ற தீர்மானம் உறுதிப்பட்டது.